I0228931

ஜூலியஸ் சீசர்

ஆசிரியரின் பிற நூல்கள்

தலாய் லாமா: *அரசியலும் ஆன்மிகமும்*
முசோலினி: *ஒரு சர்வாதிகாரியின் கதை*
தெலங்கானா: *அரசியலும் வரலாறும்*
இந்திய அரசியல் வரலாறு: *சுதந்தரத்துக்குப் பிறகு* (மொழிபெயர்ப்பு)

ஜூலியஸ் சீசர்

ஜனனி ரமேஷ்

கிழக்கு

ஜூலியஸ் சீசர்
Julius Caesar
Janani Ramesh ©

First Edition: November 2015
136 Pages
Printed in India.

ISBN: 978-93-84149-43-7
Title No: Kizhakku 863

Kizhakku Pathippagam
177/103, First Floor,
Ambal's Building, Lloyds Road,
Royapettah, Chennai 600 014.
Ph: +91-44-4200-9603

Email : support@nhm.in
Website : www.nhm.in

Author's Email: writerjhananiramesh@gmail.com

Printed in India by Repro Knowledgecast Limited, Thane

Kizhakku Pathippagam is an imprint of New Horizon Media Private Limited.

This book is sold subject to the condition that it shall not, by way of trade or otherwise, be lent, resold, hired out, or otherwise circulated without the publisher's prior written consent in any form of binding or cover other than that in which it is published and without a similar condition including this the rights under copyright reserved above, no part of this publication may be reproduced, stored in or introduced into a retrieval system, or transmitted in any form or by any means (electronic, mechanical, photocopying, recording or otherwise), without the prior written permission of both the copyright owner and the above-mentioned publisher of this book.

சென்றேன். கண்டேன். வென்றேன்!

உள்ளே

1. பண்டைய ரோமாபுரி / 9
2. மேரியஸும் சுல்லாவும் / 43
3. மாவீரன் ஜூலியஸ் சீசர் / 55
4. கௌல் பகுதிகளின் கவுன்சலானார் சீசர் / 80
5. ரூபிகானைத் தாண்டினார் சீசர் / 94
6. சீசரும் கிளியோபாட்ராவும் /103
7. சீசரின் படுகொலை /116
   ஜூலியஸ் சீசர் காலச் சக்கரம் /133

1

பண்டைய ரோமாபுரி

பண்டைய ஐரோப்பிய நாகரிகங்களில் ஒன்று கார்த்தஜினியப் பேரரசு. இன்றைய துனீஷியாவில் உள்ள ஒரு சிறிய நகரமான கார்தேஜை மையமாகக் கொண்டு இந்த நாகரிகம் வளர்ச்சி பெற்றது. கார்த்தஜினியப் பேரரசின் நன்கு அறியப்பட்ட ராணுவத் தளபதி, ஹானிபலுடன் ஒப்பிடப்படும் ஒரு பேரரசர், கிரேக்க மாசிடோனியப் பேரரசின் அலெக்ஸாண்டர். இந்த இருவருடனும் இணைத்துப் பேசப்படுபவர் ரோமப் பேரரசைச் சேர்ந்த ஜூலியஸ் சீசர்.

இயேசு பிறப்பதற்குச் சற்றேறக்குறைய நூறு ஆண்டுகளுக்கு முன்பு பிறந்த ஜூலியஸ் சீசர் ரோமின் கதாநாயகன் ஆவார். ஹானிபலைப் போல் சீசர் இரக்கமற்றவர் இல்லை. ஹானிபலைப் போல் படுபாதகச் செயல்களையும் கொடூரங்களையும் புரிந்து கொடுங்கோலன் என்று அவர் வரலாற்றில் அழைக்கப்பட்டதில்லை. அலெக்ஸாண்டரைப் போல் கண்டங்கள் கடந்து இந்தியா வரை சீசர் ஊடுருவியதில்லை.

சீசர் அதிகாரத்துக்கு வருவதற்குப் பல நூறு ஆண்டுகளுக்கு முன்பிருந்தே இத்தாலி, கிரேக்கம், மாசிடோனியா, மத்தியத்தரைக் கடல் பகுதிகள், சிரியா, ஆப்பிரிக்கா, பாலஸ்தீனம், எகிப்து, ஸ்பெயின், பிரான்ஸ், பிரிட்டன் என்று பெரும்பாலான நாடுகள் ரோமாபுரியின் ஆட்சிக்குக் கட்டுப்பட்டு இருந்தன. எனவே கடுமையான போட்டியையும், உள்ளூர் அரசியலையும் சமாளிப்பதிலேயே சீசரின் பெரும் பகுதி வாழ்நாள் கழிந்தது. சீசரைப் பற்றி விரிவாகக்

காண்பதற்கு முன்பாக ரோமானிய வரலாற்றைச் சற்று பின்னோக்கிப் பார்ப்போம்.

சுமார் 3000 ஆண்டுகளுக்கு முன்பு டைபர் ஆற்றங்கரை மலையடி வாரத்தில் குடில்களை அமைத்துக்கொண்டு ஆடு மேய்ப்பவர்களே குடியிருந்தனர். காலப்போக்கில் இந்தப் பகுதியே புகழ் பெற்ற ரோமாபுரி நகரமாக உருவெடுத்து இங்கிலாந்து முதல் வட ஆப்பிரிக்கா வரையும், அட்லாண்டிக் பெருங்கடல் முதல் அரேபியா வரையும் தனது எல்லைகளை விரிவுபடுத்தியது.

ரோமாபுரியின் அரசியல் வரலாற்றை மூன்று பகுதிகளாகப் பிரிக்கலாம். முதலாவது கிமு 753 - கிமு 509 வரை கிராமத்திலிருந்து நகரமாகி மன்னர்கள் ஆட்சி செய்த காலம். இரண்டாவது கிமு 509 - கிமு 27 வரை மன்னர்களை விரட்டியடித்து குடியரசு நிறுவப்பட்ட காலம். மூன்றாவதாக குடியரசு ஆட்சி முறை மறைந்து கிமு 27 - கிபி 476 வரை மீண்டும் மன்னர் ஆட்சிக் காலம்.

அதேபோல் பண்டைய ரோமானியப் போர்களை இத்தாலி மீதான போர் (கிமு 510 - 264), மத்திய தரைக் கடல் கார்த்தஜினியர்கள் மீதான போர் (கிமு 264 - 133), முதல் ப்யூனிக் போர் (கிமு 264 - 241), இரண்டாம் ப்யூனிக் போர் (கிமு 218 - 201), மூன்றாம் ப்யூனிக் போர் (கிமு 149 - 146), கிரேக்கம் மீதான போர் என்றும் பிரிக்கலாம். இந்தப் புத்தகத்தில் ரோமாபுரி என்னும் பெயர் வரக் காரணமான ரோமுலஸ் மற்றும் ரீமஸ் தொடங்கி கடைசி மன்னரான அகஸ்டஸ் வரை செய்திகள் ஆங்காங்கே இடம்பெறும். இருப்பினும் நமது கதாநாயகன் ஜூலியஸ் சீசர் என்பதால் அவரை மையப்படுத்தியே இப்புத்தகத்தின் பக்கங்கள் நகரும்.

ரோமுலஸ், ரீமஸ்

கிமு 753 இல் ரோமுலஸ், ரீமஸ் ஆகிய இரட்டையர்களே ரோமாபுரியை நிறுவினர் என்பது ரோமானியர்களின் நம்பிக்கை. செவ்வாய் கிரகத்தின் மகனும், ட்ரோஜன் இளவரசனுமான ஏனியஸ் தனது ட்ராய் நகரம் தீக்கிரையான பிறகு மக்களுடன் ரோமாபுரிக்குக் குடிபெயர்ந்தான். அந்தப் பரம்பரையில் வந்த நுமிடர் அரசனின் பேரப் பிள்ளைகள்தான் ரோமுலஸ் மற்றும் ரீமஸ் ஆவர். நுமிடருக்கும் அவனது சகோதரன் அமுலியஸுக்கு ஏற்கெனவே பதவிச் சண்டை நிலவியதால் அதிகாரப் பலத்தால் நுமிடரை நாட்டைவிட்டுத் துரத்தினான். இருப்பினும் நுமிடரின் மகள் சில்வியா தனக்குப் பிடித்த மணாளனைத் திருமணம் செய்துகொண்டு குழந்தைகளைப் பெறும் பட்சத்தில் அவர்கள் அரசு உரிமையைக் கோரினால் என்ன செய்வது என்று அஞ்சினான். எனவே இலியா திருமணம் செய்துகொண்டு பிள்ளைகள் பெறுவதைத் தடுக்க,

ஆண்கள் எளிதில் நெருங்க முடியாத தனிமைச் சிறையில் அவளை அடைத்து வைத்தான். இந்து மதப் புராணக் கதைகளில் வருவதுபோல் ஆண் பெண் நேரடி உறவின்றி, செவ்வாய் கிரக அதிபதிக்கும், இலியாவுக்கும் பிறந்த இரட்டையர்களே ரோமுலஸ் மற்றும் ரீமஸ்.

எவ்வளவோ கட்டுப்பாடுகள் விதித்தும் அவை அனைத்தையும் மீறி இலியா இரட்டையர்களைப் பெற்றெடுத்தாள். இவர்களை உயிரோடு விடுவது தனது அரசியல் எதிர்காலத்துக்கு நல்லதல்ல என்று முடிவெடுத்த அமுலியஸ், குழந்தைகளைக் கொல்லத் தனது பணியாள் ஃபாஸ்டுலஸுக்கு உத்தரவிட்டான். ஆனால் ஃபாஸ்டுலஸ் குழந்தை களைக் கொல்ல மனமில்லாமல் ஒரு கூடையில் குழந்தைகளை வைத்து டைபர் ஆற்றில் மிதக்கவிட்டுச் சென்றான். அதிர்ஷ்டவசமாக குழந்தைகள் தண்ணீரில் மூழ்கி இறக்காமல் கரை ஒதுங்கின. இரு குழந்தைகளையும் ஒரு ஓநாய் தனது குட்டிகளுடன் சேர்த்து பாலூட்டி வளர்த்தது என்கிறது கிரேக்கப் புராணம்.

ஒரு நாள் குகையிலிருந்து அழுகைக் குரல் வரும் சத்தம் கேட்கவே, அந்த வழியாகச் சென்று கொண்டிருந்த ஆடு மேய்க்கும் தம்பதிகள் உள்ளே எட்டிப் பார்த்தனர். ஓநாய்க் குட்டிகளுக்கு இடையே செக்கச் சிவந்த நிறத்தில் அழகான இரு குழந்தைகளைப் பார்த்துத் திடுக்கிட்டனர். குழந்தைகள் இல்லாமல் ஏங்கிக் கொண்டிருந்த அந்தத் தம்பதிகள் இறைவன் கொடுத்த பிள்ளை வரம் என்று மகிழ்ந்து அவர்களைச் சொந்தப் பிள்ளைகளைப் போல் வளர்க்கத் தொடங்கினர். இது ஒரு பிரிவினரின் செவி வழிக் கதை. வேலைக்காரன் ஃபாஸ்டுலஸும், அவன் மனைவி லாரென்ஷியாவுமே குழந்தை களைக் கொல்ல மனமின்றி மன்னர் அமுலியஸுக்குத் தெரியாமல் வளர்த்தனர் என்றும் ஒரு கதை உண்டு. லத்தீன் மொழியில் 'ருமா' என்றால் மிருகங்கள் பால் சுரக்கும் மடியின் காம்பு என்று பொருள் படும். இவ்விரு குழந்தைகளும் ஓநாய் மடியின் காம்பு வழியே பாலைக் குடித்து வளர்ந்ததால் ரோமுலஸ் மற்றும் ரீமஸ் என்று காரணப் பெயர்களைப் பெற்றனர் என்று சொல்லப்படுகிறது.

இருவரும் வளர்ந்து பெரியவர்களாகி அம்மா சில்வியாவுக்கும், தாத்தா நுமிடருக்கும் துரோகம் இழைத்த அமுலியஸைக் கொன்று பழி தீர்த்துக் கொண்டனர். தாங்கள் பிறந்து வளர்ந்த பகுதியைச் சீரமைத்துத் தங்கள் பெயர்களையே (ரோமுலஸ் மற்றும் ரீமஸ்) முன்னிறுத்தி 'ரோம்' என்னும் புதிய நகரையும் உருவாக்கினர்.

ஆனால் காலப் போக்கில் இருவருக்கும் இடையே ஆட்சிப் பொறுப்பை நிர்வகிப்பதில் கருத்து வேறுபாடுகள் ஏற்பட்டன. இது மோதலாக முற்றி சண்டையில் முடிந்தது. இருவருக்கும் இடையே

நடைபெற்ற போரில் ரீமஸை வஞ்சமாகக் கொன்று ரோமாபுரியின் மன்னனாக முடிசூட்டிக் கொண்டான் ரோமுலஸ். வெற்றி விழாவைக் கொண்டாட டைபர் ஆற்றின் கிழக்கே உள்ள சபைன் பகுதியிலுள்ள ஆண்களை விருந்துக்கு அழைத்தான். சபைன் பகுதியில் ஆண்கள் இல்லாத நேரத்தைப் பயன்படுத்தி அங்கிருந்த பெண்களைக் கடத்தத் தனது படைகளுக்கு உத்தரவிட்டான். தனது படை வீரர்களின் வயிற்றுப் பசிக்குச் சுவையான விருந்தளித்த ரோமுலஸ் அவர்களின் உடற்பசிக்குக் கடத்தி வந்த சபைன் பெண்களை விருந்தாக்கினான்.

அழகில் சிறந்த சபைன் பெண்களுக்கும், பண்பாட்டிலும், நாகரி கத்திலும், வீரத்திலும் சிறந்த ரோமானியர்களுக்கும் பிறக்கும் குழந்தைகள் மிகச் சிறந்த வீரர்களாகவும், அறிவாளிகளாகவும் விளங்குவார்கள் என்பது ரோமுலஸின் நம்பிக்கை. ரோமாபுரி என்னும் புதிய சாம்ராஜ்ஜியத்தை உருவாக்கியதுடன், அறிவிலும், அழகிலும் சிறந்த ரோமானியக் குடிமக்களை உருவாக்கவேண்டும் என்ற ரோமுலஸின் எண்ணமே இந்த நிகழ்வுக்குக் காரணம். ரோமுலஸின் செயல்பாட்டை ஏற்கமுடியாது என்றபோதும் ரோமானிய வரலாற்றைப் படிக்கும்போது அவனது நம்பிக்கை பொய்க்கவில்லை என்றே தோன்றுகிறது. உலகின் மிகச் சிறந்தவற்றுள் ஒன்றாக ரோமாபுரியின் நாகரிகம், பண்பாடு, வீரம், பெண்களின் அழகு ஆகியவை இன்றைக்கும் பேசப்படுவதே இதற்குச் சான்றாகும். ஒரு நாள் திடீரென சூறாவளிக் காற்று சுழன்றடிக்க ரோமுலஸ் காற்றோடு காற்றாகக் கரைந்து காணாமல் போனான் என்பதோடு அவன் கதை முடிகிறது. ரோமானியர்கள் ரோமுலஸை அன்று முதல் கடவுள் நிலைக்கு உயர்த்தி, கொண்டாடத் தொடங்கினர்.

ரோமுலஸைத் தொடர்ந்து ஆட்சிக்கு வந்த நுமா பாம்பிலஸ் மதப் பற்று கொண்டவர். கோயில்களில் ஆண்கள் மட்டுமே பூசாரிகளாக இருந்த சூழலை மாற்றிக் கன்னிப் பெண்களை வெஸ்டா தேவதைக் கோயில் களில் பூஜை செய்வதற்காக அமர்த்தினார். பெண்களைக் கோயில் பூசாரிகளாக முதன் முதலாக நியமித்த பெருமை ரோமானிய அரசன் நுமா பாம்பிலஸையே சேரும். பண்டிகை நாள்களில் கடவுளை வழிபடவேண்டும். அன்றைய தினங்களில் இறைவன் தியானத்தைத் தவிர வேறு எந்த வேலையும் செய்யக்கூடாது என்று பண்டிகை நாள் களை அரசு விடுமுறை நாள்களாக முதன் முதலில் அறிவித்தவனும் நுமா பாம்பிலஸ்தான். சபைன் கலாசாரத்தைத் தொடர்ந்து ரோமானிய வரலாற்றில் எட்ரூஸ்கான் கலாசாரமும் ஊடுருவியது. கிமு 600 இல் கொடி கட்டிப் பறந்த இவர்களது ஆதிக்கம் கிபி 474 தொடங்கி, படிப்படியாகச் செல்வாக்கு இழக்க ஆரம்பித்தது.

குடியரசு மலர்ந்தது

கிமு 509 இல் மன்னர்களின் ஆட்சி மீது அதிருப்தி கொண்ட நோபிள்கள் அவர்களைத் தூக்கி எறிந்து குடியரசை நிறுவினார்கள். ஒரே இடத்தில் அதிகாரத்தைக் குவிக்காமல் தேர்ந்தெடுத்த பிரதிநிதிகளிடம் பொறுப்புகளை ஒப்படைத்துப் பிரித்துக்கொடுத்தனர். அடுத்த சில நூற்றாண்டுகளில் டைபர் ஆற்றங்கரையில் மிகச் சிறிய நகரமாக இருந்த ரோமாபுரி சாம்ராஜ்ஜியம் மத்தியத்தரைக் கடல் முழுவதும் பரந்து விரிந்தது.

சமூகம்

பண்டைய ரோமானியச் சமூகம் பரம்பரை வசதி படைத்த 'பேட்ரீஷியன்ஸ்' சாதாரண மக்களை உள்ளடக்கிய 'பிளேபியன்ஸ்' மற்றும் 'அடிமைகள்' என மூன்று பிரிவுகளைக் கொண்டதாகும். இவர்களுக்கு இடையே நடைபெற்ற சண்டைகளையும் சச்சரவுகளையும் தீர்த்து வைத்து நல்லிணக்கத்தையும், சமாதானத்தையும் நிறுவ உலகின் மிகச் சிறந்த சிந்தனையாளர்கள் ஒவ்வொரு காலகட்டத்திலும் தோன்றினர்.

பேட்ரீஷியன்ஸ் வசதி படைத்தவர்கள் என்பதால் பங்களாக்களிலும் வில்லாக்களிலும் நகரத்தின் இரைச்சலிலிருந்து விடுபட்டு அமைதியான மலையடிவாரங்களிலும் வசித்தனர். கூப்பிட்ட குரலுக்கு வேலையாட்கள், அடிமைகள் என ஆடம்பர, உல்லாசமான, கேளிக்கை வாழ்க்கை வாழ்ந்தனர். அரசாங்கத்திலும் ராணுவத்திலும் உயர் பதவிகளை வகித்தனர்.

இவர்களுக்கு நேர் எதிரான பிரிவினரான பிளேபியன்ஸ் வசதி இல்லாதவர்கள். நாள் முழுவதும் வியர்வை சிந்தி உழைக்கும் தொழிலாளர்கள், அன்றாடக் காய்ச்சிகள், கூலிகள். இவர்கள் குடிசைகளிலும் சேரிகளிலும் வசித்தனர். ஏழைகள் என்றாலும் இவர்கள் எண்ணிக்கை அதிகம். உடலுழைப்பு அதிகம் என்பதால் களைப்பைப் போக்க, பொழுதுபோக்கு, குடி, சீட்டு, கும்மாளம் என்று சம்பாதித்த காசைச் செலவு செய்துவிடுவது இவர்களது வாடிக்கை.

மூன்றாவது பிரிவினர், அடிமைகள். ரோமாபுரி வெற்றி பெறும் போதெல்லாம், தோற்கும் நாடுகள் பொன், பொருளுடன் சேர்த்துத் தங்களிடமுள்ள அடிமைகளையும் தண்டமாக வழங்கும். மேலும் இவர்களை விற்பதற்கும் வாங்குவதற்கும் மிகப் பெரிய அடிமைச் சந்தையே அப்போது இருந்தது. பணக்காரர்கள் அவர்களது தகுதிக்கேற்ப அடிமைகளை வைத்துக் கொண்டிருந்தனர். ஒருவரிடமுள்ள அடிமைகளின் எண்ணிக்கையைப் பொருத்தே அவரது வசதி

கணக்கிடப்பட்டது. விவசாயம், கட்டுமானம், வீடுகள், அரண்மனைகள் ஆகியவற்றில் அடிமைகள் பணியமர்த்தப்பட்டனர். இருப்பினும் சீறி எழும் அலைகளை எதிர்த்துக் கடலில் கப்பல்களை வேகமாகப் பயணிக்கத் துடுப்பு போடும் கொடூரமான பணியில் ஈடுபடுத்தப்படுவது இவர்கள் மட்டுமே. கப்பலின் கீழ்ப்பகுதியில் கால்கள் சங்கிலியால் பிணைக்கப்பட்ட நிலையில் உணவு, உறக்கமின்றி நாள் முழுவதும் துடுப்பு போட்டுக்கொண்டே இருக்க வேண்டும். கப்பலுக்கு விபத்து ஏற்படும் பட்சத்தில் கால்கள் கட்டப்பட்டதால், நீந்திப் பிழைக்க வழியின்றி முதலில் ஜல சமாதி ஆவது அடிமைகள்தான்.

ரோமானியச் சட்டம்

பேட்ரீஷியன்ஸ், பிளேபியன்ஸ் ஆகியோருக்கு மூண்ட சிக்கல்களுக்கு முடிவு காண கிமு 451 - கிமு 450 இல் டெசிம்வர்ஸ் என்றழைக்கப்படும் நீதிபதிகள் குழு அமைக்கப்பட்டது. இந்தக் குழுவில் மொத்தம் 10 நீதிபதிகள் இடம் பெற்றனர். டெசி என்றால் பத்து என்ற கணக்கு இப்படித்தான் உருவானது. மரப்பலகைகளில் இவர்கள் செதுக்கிய சட்டங்களே டுவெல்வ் அதாவது பன்னிரண்டு டேபிள்களாகும்.

கிமு 390 இல் நடைபெற்ற கௌல் போர்களின் போது பன்னிரு சட்டங்களும் செதுக்கப்பட்ட மரப் பலகைகள் முற்றிலுமாகத் தீயிட்டு அழிக்கப்பட்டாலும், பல லத்தீன் இலக்கியங்களில் இவை குறித்த மேற்கோள்கள் மூலம் முழுமையான தகவல்கள் நமக்குக் கிடைக்கின்றன. அரசியல், சமூகம், பொருளாதாரம் எனப் பல்வேறு தலைப்புகளில் மக்கள் பின்பற்றவேண்டிய வழிமுறைகளைப் பன்னிரு டேபிள்கள் தெளிவாகப் பட்டியலிட்டிருந்தன.

பன்னிரு டேபிள்கள்

1. நீதிமன்றத்தில் ஆஜராக வேண்டும் என்று அழைப்பு வந்தால் கட்டாயம் போயே தீர வேண்டும். மறுப்பவர்கள் வலுக்கட்டாயமாக இழுத்துச் செல்லப்படுவார்கள்.

2. வழக்கில் சாட்சிகளாகச் சேர்க்கப்பட்டவர்கள் நீதிமன்றத்தில் சாட்சி சொல்ல வர வேண்டும். அவ்வாறு வராத பட்சத்தில், மூன்று நாள்களுக்கு ஒருமுறை அவர் வீட்டுக்கே நேரடியாக வரச் சொல்லி அழைக்கலாம்.

3. கடன் கொடுத்தல், வாங்கல் தொடர்பான பண விஷயங்களில் நீதிமன்ற உத்தரவே இறுதியானது. தீர்ப்பு வெளியான 30 நாள்களில் கடன் தொகையைத் திருப்பிச் செலுத்தவேண்டும்.

4. உடல் ஊனத்தோடு பிறக்கும் குழந்தைகளைப் பெற்றோரே கொன்றுவிடலாம்.

5. சிறிய பெண்ணாக இருந்தாலும், வயதுக்கு வந்த பெரிய பெண்ணாக இருந்தாலும் அப்பா, சகோதரன், கணவன் ஆகியோரின் பாதுகாப்பில்தான் இருக்கவேண்டும். தனியாக இருக்க அனுமதி இல்லை.

6. விவாகரத்து கோரும் பெண்கள், வருடத்தில் 3 நாள்களாவது தொடர்ந்து கணவனிடமிருந்து கட்டாயம் பிரிந்து வாழ்ந்திருக்க வேண்டும்.

7. அண்டை வீட்டில் குடியிருப்போர் வளர்க்கும் மரங்கள் பக்கத்து வீட்டில் விழுந்தால் அதை அகற்ற வேண்டியது வளர்த்தவரின் பொறுப்பாகும். அகற்ற மறுத்தால் பாதிக்கப்பட்டவர் நீதிமன்றத்தை அணுகலாம்.

8. இரவு நேரத்தில் கூட்டங்கள் நடத்த யாருக்கும் அனுமதி இல்லை.

9. மற்றவர்களுக்கு முன் மாதிரியாகவும், நடுநிலையாகவும் திகழ வேண்டிய நீதிபதிகள் லஞ்சம் வாங்கினால் மன்னிப்பே கிடையாது. நிச்சயம் மரண தண்டனைதான்.

10. இறந்தவர்களின் உடலை நகர எல்லைகளைத் தாண்டித்தான் புதைக்கவோ, எரிக்கவோ வேண்டும்.

11. குடிமக்கள் இரண்டு வகையாகப் பிரிக்கப்பட்டனர். பிரபுக்களும், ஜமீந்தார்களும் பேட்ரீஷியன்ஸ் ஆவர். இவர்களைத் தவிர மற்றவர்கள் பிளேபியன்ஸ். சாதி மாறி நடைபெறும் கலப்புத் திருமணங்கள் தடை செய்யப்பட்டிருந்தன.

12. பெரும்பான்மை மக்களின் கருத்தைச் சட்டம் ஏற்றுக்கொள்ளும்.

நிர்வாகமும் ஆட்சி முறையும்

ஐரோப்பிய அரசியலமைப்புச் சட்டம் பண்டைய ரோமானியச் சட்டத்தை அடியொற்றியே உருவாக்கப்பட்டது. அமெரிக்க அரசியல் அமைப்புச் சட்டத்தை வடிவமைத்தவர்கள் ரோமானியப் குடியரசு முறையையே முன்மாதிரியாகக் கொண்டனர். செனேட், கீழ் சபை, மேல் சபை, நீதிபதிகள் என இன்றைக்கு நாம் காணும் அனைத்துமே ரோமானிய அமைப்பு தந்த கொடை எனில் மிகையில்லை. அரசனைத் தேர்ந்தெடுக்கும் பொறுப்பை செனேட் வகித்தது. செனேட் என்னும் சொல், முதியவன் என்று பொருள்படும். இது செனெக்ஸ் என்னும் லத்தீன் மொழியிலிருந்து வந்ததாகும்.

தனக்கு ஆலோசனை கூற கொமிஷா க்யூரியாடா மற்றும் செனேட் ஆகிய இரு அமைப்புகளை ரோமுலஸ் உருவாக்கினான். இன்றைக்கு மக்களவை மற்றும் மாநிலங்களவை என இந்தியாவில் மட்டுமின்றி உலகம் முழுவதும் பல்வேறு நாடுகளிலுள்ள பாராளுமன்ற இரு அவை அமைப்புகளுக்கு இவை முன்னோடியாக விளங்கின எனில் மிகையில்லை.

பண்டைய ரோமானியர்களின் சட்டம் மற்றும் ஆணைகளுக்கு 'ஆக்டா' என்று பெயர். இந்தச் சொல்லில் இருந்துதான் ஆக்ட் என்னும் ஆங்கிலச் சொல் பிறந்தது. ரோமாபுரியில் அன்றாடம் நிகழும் அரசியல், சமூகம் மற்றும் பொருளாதார நிகழ்வுகளான ஆக்டா பாபுலி, ஆக்டா அர்பனா, ஆக்டா பப்ளிகா ஆகியவை ஆக்டா ட்யூர்னா என்ற அரசின் அதிகாரப்பூர்வ நாளிதழில் வெளியாகும். கிமு 59 இல் ஜுலியஸ் சீசர் இந்த நாளிதழைத் தொடங்கினார் என்று கூறினாலும் சில வரலாற்று ஆசிரியர்கள் சீசரின் காலத்தைவிட இந்த நாளிதழ் பழமையானது என வாதிடுகின்றனர்.

கிமு 300 இல் நிலவிய மேற்கூறிய ரோமானிய அரசியல் அமைப்பு முறை பல நூறு ஆண்டுகள் கடந்து கிமு 80 லும் மாற்றங்களுக்கு உட்படாமல் நிலவியதே அதன் சிறப்புக்குக் காரணம் ஆகும். கிமு 509 இல் மன்னன் எட்ருஸ்கான் ஆட்சியைத் தூக்கி எறிந்த பிறகு வேறு மன்னர்கள் பொறுப்புக்கு வரவில்லை. அதன் பிறகு இரு கவுன்சல்கள் ஆட்சி முறைதான். இரு கவுன்சல்கள், செனேட், மேஜிஸ்ட்ரேட், டிரிப்யூன், க்வெஸ்டர், சென்சார், டிக்டேடர், ப்ரியேட்டர், ஏடில்ஸ் ப்ளீபிஸ், விஜிண்டெய்செக்ஸ்விரி மற்றும் பாப்புலர் அசெம்ப்ளி ஆகிய பதவிகளை உள்ளடக்கியதுதான் ரோமானியக் குடியரசு ஆட்சிமுறை.

ரோமானியக் குடியரசில் இரு கவுன்சல்கள் நியமிக்கப்படுவர். இருவரும் அதிகாரத்தைச் சமமாகப் பகிர்ந்துகொள்ளவேண்டும். ஒருவர் ஆட்சி நிர்வாகத்தையும் மற்றொருவர் ராணுவத்தையும் நிர்வகித்தனர். ஒருவரிடமே அதிகாரம் குவிந்து கிடப்பதைத் தடுக்கவே இந்த இரட்டை ஆட்சி முறை ஏற்பாடு. கவுன்சலுக்கான காலம் ஒரு வருடம் என்பதால் ஒவ்வொரு வருடமும் தேர்தல் நடைபெறும். கவுன்சல்களை ஒவ்வொரு வருடமும் செனேட் தேர்ந்தெடுக்கும். இதற்குப் போட்டியிடுபவர் வயது, கல்வித் தகுதி, எத்தனை முறை தேர்வாகலாம் உள்ளிட்ட பல வரைமுறைகள் உண்டு.

செனேட் அமைப்பு என்பது 300 உறுப்பினர்களைக் கொண்டதாகும். நீதிபதியாகப் பதவி வகித்தவர் மட்டுமே செனேட் உறுப்பினராகும் தகுதியைப் பெற்றவராவார். நீதிபதி பதிவியை அலங்கரித்தவர்கள் பெரும்பாலும் அரசியல் பின்புலம் கொண்டவர்கள் என்பதால்

செனேட் அமைப்பு அரசியல்வாதிகளின் கூடாரமானது. ரோமாபுரியின் அன்றாட விவகாரங்களை நிர்வகிக்க வேண்டிய பொறுப்பு செனேட்டுக்கு இருந்ததால் அரசியல்வாதிகளின் ஆதிக்கம் செனேட்டில் அதிகம் என்பது சொல்லித் தெரிய வேண்டியதில்லை. செனேட் அமைப்பு அடிப்படையில் ஆலோசனை வழங்கும் அமைப்பாகும். முக்கிய விஷயங்கள் குறித்த ஆலோசனை வழங்குவதால், நிதி, வெளியுறவுக் கொள்கை, பொது நிர்வாகம் ஆகியவற்றில் இவர்களது கருத்துகளே இறுதி முடிவாக ஏற்றுக் கொள்ளப்பட்டன. மொத்தத்தில் அரசியல் பலமும், பண வசதியும் கொண்டவர்களே செனேட் உறுப்பினர் களானார்கள்.

கிமு 400 இல் செனேட் உறுப்பினர்களுக்கு எதிராக மக்களை உள்ளடக்கிய பிளேபியன்ஸ் போராட்டம் வலுப்பெற்றது. மேல்தட்டு அதிகாரப் பிரிவினரை எதிர்த்து பிளேபியன்ஸ் மேற்கொண்ட போராட்டத்தைத் தொடர்ந்து பாப்புலர் அசெம்பிளி மூலம் 10 டிரிப்யூன்களைத் தேர்வு செய்யும் உரிமையை பிளேபியன்ஸ் பெற்றது. செனேட் அதிகாரத்தைத் துஷ்பிரயோகம் செய்யாமலிருக்கக் கடிவாளம் போன்று டிரிப்யூன்கள் செயல்பட்டன. இவர்களுக்கு வாக்களிக்கும் உரிமை இல்லை. ஆனால் அறிமுகமாகவிருக்கும் சில முக்கியச் சட்டங்கள் மக்கள் விரோதமாக இருக்குமோ என்ற சந்தேகமோ, அச்சமோ இருந்தால் 'வீடோ' அதாவது 'நான் தடுக்கிறேன்' என்று எழுந்து நின்று குரல் கொடுக்கும் அதிகாரம் இவர்களுக்கு உண்டு. பத்து டிரிப்யூன்களில் யாரேனும் ஒருவர் 'வீடோ' என்று கூறினாலும் அச்சட்டம் குறித்த விவாதம் உடனே நிறுத்தப்பட்டு, திரும்பப் பெறப்படும். அந்த வகையில் மக்கள் நலனைப் பாதுகாக்கும் அரணாக டிரிப்யூன்கள் இயங்கினர். இந்த மாதிரியைப் பின்பற்றியே இன்றைக்கு ஐக்கிய நாடுகள் அமைப்பில் நிரந்தர உறுப்பினர்களாக உள்ள அமெரிக்கா, ரஷ்யா, சீனா, இங்கிலாந்து, பிரான்ஸ் ஆகிய ஐந்து நாடுகளுக்கு மட்டும் முக்கியப் பிரச்னைகளில் முடிவெடுக்கும்போது அதைத் தடுக்க 'வீடோ' உரிமை வழங்கப்பட்டுள்ளது.

அதிக எண்ணிக்கையில் நீதிபதிகள் நியமிக்கப்பட்டனர். க்வெஸ்டர் முதல் கவுன்சல் வரை அனைத்துப் பொறுப்புகளையும் வகித்தவர் களைக் கௌரவிக்க உருவாக்கப்பட்ட பதவிதான் சென்சார். இவர்கள் நிதி, வரி, பொதுப்பணி, சாலைப் பாதுகாப்பு, மாசற்ற சுற்றுச்சூழல், சுகாதாரம் ஆகியவற்றைக் கவனிக்கும் அதிகாரிகளாக நியமிக்கப் பட்டனர். ஐந்து ஆண்டுகளுக்கு ஒரு முறை இதற்கான தேர்தல்கள் நடைபெறும். அரசு கஜானாக்களைப் பாதுகாக்கும் வேலையில் ஏடைல், அரசு நிகழ்ச்சிகள் பற்றிய செய்திகளை அறிவிக்க க்வெஸ்டர் ஆகியோர் நியமிக்கப்பட்டனர். பாண்டிஃபெக்ஸ் மேக்சிமஸ் என்பவர்

மதத்தின் முதன்மைப் பூசாரி ஆவார். இவை அனைத்துக்கும் அடித்தள மாக இருப்பது பாப்புலர் அசெம்ப்ளி ஆகும்.

செனேட் அமைப்பு அடிப்படையில் ஆலோசனை வழங்கும் அமைப்பாகும். நிதி, வெளியுறவுக் கொள்கை, பொது நிர்வாகம் ஆகியவற்றில் இவர்களின் கருத்துகளுக்கு மதிப்பளிக்கப்படும். ஆனால் அவற்றுக்கான சட்ட ரீதியான அங்கீகாரம் ஏதும் கிடையாது. செனேட்டுக்கு வெளியே முடிவெடுக்கும் அதிகாரம் வசதி படைத்தவர் களைக் கொண்ட கமிஷியா செஞ்சூரியாடா என்னும் அமைப்பின் கைகளில் குவிந்திருந்தது. முதுநிலை அதிகாரிகளைத் தேர்ந் தெடுக்கவும், சட்டங்களுக்கு ஒப்புதல் அளிக்கவும், தண்டனைகள் வழங்கவும் முழு அதிகாரம் பெற்றிருந்தனர். கமிஷியா ட்ரிப்யூட்டா என்னும் மற்றொரு அமைப்பு இளநிலை அதிகாரிகளை நியமிக்கும். இவ்விரண்டு அமைப்புகளுடன் கமிஷியா க்யூரியாடா என்னும் அமைப்பும் உண்டு. சட்டங்கள் இயற்றும் அதிகாரம் கொண்ட கன்சிலியம் பிளேபிஸ் என்னும் மக்கள் மன்றம் கிமு 287 இல் நிறுவப்பட்டது.

கிமு 133 இல் பாபுலேர்ஸ் மற்றும் ஆப்டிமேட்ஸ் ஆகிய இரு பிரிவுகள் தோன்றின. எந்த மாற்றமும் இல்லாமல் தற்போதைய நிலை அப்படியே தொடர வேண்டுமென ஆப்டிமேட்ஸும், மக்கள் ஆதரவுடன் கொள்கை களை நிறைவேற்றிக் கொள்வதையே இலக்காக பாபுலேர்ஸும் கொண்டிருந்தனர். ரோமானிய அரசியல் அமைப்பில் பாப்புலர் அசெம்பிளி என்னும் அமைப்புக்கே அதிக அதிகாரங்கள் இருந்தும், நடைமுறையில் 300 உறுப்பினர்களைக் கொண்ட செனேட் அமைப்புக்கே நிர்வாகம் செய்யும் முழுப் பொறுப்பும் வழங்கப் பட்டிருந்தது.

வரலாற்று ஆசிரியர் பாலிபஸ் குறிப்பிடுவதைப்போல் கவுன்சல்களின் அதிகாரங்களைப் பார்க்கும்போது, இரு தலைவர்களைக் கொண்ட மன்னர் ஆட்சிபோல் தோன்றும். செனேட் அமைப்பின் பெரும் பான்மை உறுப்பினர்கள் வசதியானவர்கள் என்பதால் உயர் வகுப்பினரின் ஆட்சி அமைப்பையும் நினைவுபடுத்தும். இருப்பினும் டிரிப்யூன்களின் வீடோ ரத்து அதிகாரம், பாப்புலர் அசெம்பிளி ஆகியவை பல ஆயிரம் ஆண்டுகளுக்கு முன்பிருந்தே ரோமாபுரி மிகச் சிறந்த குடியரசாக விளங்க உதவின என்பது தெளிவு. ஆனால் சீசரின் ஆட்சியிலும் அவருக்குப் பிறகும் குடியரசு ஆட்சி முறை பெயரளவுக்கு ஏட்டில்தான் இருந்தது.

காலப்போக்கில் பரம்பரை வசதி படைத்த பேட்ரீஷியன்ஸ் குடும்பங் களுக்கும், சாதாரண மக்களை உள்ளடக்கிய பிளேபியன்ஸ்

குடும்பங்களுக்கும் இடையே நிலவிய வேறுபாடு பெரும்பாலும் மறைந்து விட்டது என்று கூறலாம். நொபிலிடாஸ் என்னும் புதிய உயர் பிரிவு ரோமாபுரியின் நிர்வாகத்தைக் கைப்பற்றிக்கொண்டது. நீண்ட காலம் கவுன்சல்ஷிப் உறுப்பினராக இருப்பவர்களே நொபிலிடாஸ் அங்கீகாரம் பெறத் தேர்தலில் நிற்கும் தகுதியைப் பெற்றிருந்தனர். ஆணவம், வசதி, சதி ஆகியவை மூலம் நோபிள்கள் தங்கள் அதிகாரத்தை நிலைநாட்டிக் கொண்டனர். செனேட் தொடங்கி ஏனைய துறைகள் வரை தங்களுக்கு வேண்டியவர்களையே பணி அமர்த்தியதால் அனைத்தும் அரசியல் நியமனங்களாயின. தகுதிகள் பின்னுக்குத் தள்ளப்பட்டு ஆட்சியில் இருப்பவர்களுடன் இணக்கமாகப் போகிறவர் களுக்கே பதவிகள் வழங்கப்பட்டன. அரசனுக்கு ஆலோசனை கூறும் உயர் சமூக மற்றும் அரசியல் அந்தஸ்து கொண்டவர்களாக விளங்கினர்.

கிமு 163 இல் க்ரேஷஸ், டைபீரியஸ், கயஸ் ஆகிய மூன்று சகோதரர்கள் ரோமானிய நிர்வாகத்தைக் கவனித்துக்கொண்டிருந்த நோபிள்களுள் குறிப்பிடத்தக்கவர்கள்.

ரெஸ் ரிபப்ளிகா என்னும் லத்தீன் சொல்லுக்குப் பொது விவகாரம் தொடர்பான பிரச்னைகள் என்று பொருள். இது பிரெஞ்சு வழியாக ஆங்கிலத்தில் ரிபப்ளிக் என்றழைக்கப்படுகிறது. ரோமானியக் குடியரசு உண்மையான ஜனநாயகமாக இருந்ததில்லை. அன்றைய ரோமானிய வரலாறு இன்றைய நவீன அரசியலைப் போன்றே பதவிகளைச் சுற்றிச் சுழன்று கொண்டிருந்தது. இம்பீரியம் என்ற சொல்லுக்கான பொருள் ஆட்சி அல்லது அதிகாரம் ஆகும். வெற்றி பெற்ற ராணுவத் தளபதி இம்பெரடர் என்னும் பட்டத்துடன் அழைக்கப்பட்டார். இதிலிருந்து தோன்றிய ஆங்கிலச் சொற்கள்தான் எம்பெயர், எம்பரெர் ஆகியவை.

பிரியேட்டர்ஸ் பிரிவினர் கவுன்சல்களுக்கு அடுத்த நிலையில் இருப்ப வர்கள். மாகாண ஆளுநர்களாக அல்லது ராணுவத் தளபதியாக செனேட் உறுப்பினர்களால் நியமனம் பெறுவார்கள்.

ஜனநாயக நெறிகளுக்கு உட்பட்டு அதிகாரத்தைப் பரவலாக்க மேற்கண்ட அமைப்புகள் ரோமானிய அரசியல் அமைப்புச் சட்டத் தினால் உருவாக்கப்பட்டிருந்தன. இவற்றுடன் இன்னொரு முக்கியப் பதவிக்கும் அதே அரசியல் அமைப்புச் சட்டம் அனுமதி அளித்திருந்தது என்பதுதான் ஆச்சரியமான விஷயம். ஆம் தேசத்தின் பாதுகாப்பை முன்னிட்டு அவசரக் காலங்களில் நாட்டைப் பாதுகாக்கச் 'சாவாதிகாரி' என்னும் பதவியையும் வகிக்க வழிவகை செய்யப்பட்டிருந்தது. அதிகாரத்தைக் கையில் எடுத்துக் கொள்ளவும், ஆணைகள் இடவும், ஒருவருக்கு அதிகபட்சம் ஆறு மாதங்களுக்கு மட்டுமே அளிக்கப்படும்

பதவி இது. உதாரணத்துக்குச் சாம்னைட்ஸ் பிரிவினரை அடக்க கிமு 310 இல் லூசியஸ் என்பவர் முதன் முறையாகச் சர்வாதிகாரியாக நியமிக்கப்பட்டார்.

ராணுவம்

ஏனைய அண்டை நாடுகளிலுள்ள ராணுவ வீரர்கள் போர்க் காலங்களில் மட்டுமே பகுதி நேரம் பணியமர்த்தப்பட்டனர். ஆனால் ரோமாபுரியில் மட்டும் சண்டை இருந்தாலும், இல்லாவிட்டாலும் முழு நேரச் சம்பள ஊழியர்களாக ராணுவ வீரர்கள் விளங்கினர். சாதுர்யம், வியூகம், தொழில்நுட்பம், ஆயுதங்கள் என எப்போது போர் அறிவிக்கப்பட்டாலும் தயார் நிலையில் இருந்தது ரோமானிய ராணுவம். ஒவ்வொரு ரோமானியக் குடிமகனுக்கும் ராணுவச் சேவை கட்டாயம். குறைந்தபட்சம் 5 ஆண்டுகளிலிருந்து அதிகபட்சம் 20 ஆண்டுகள் வரை வீரர்கள் ராணுவத்தில் பணியாற்றலாம். ஓய்வு பெற்ற பிறகு ஒவ்வொரு வீரருக்கும் விவசாயம் செய்ய நிலமும், குடியிருக்க வீடும் இலவசமாக வழங்கப்பட்டன.

ரோமானிய ராணுவம் பல லெஜியன்களை உள்ளடக்கியதாகும். ஒவ்வொரு லெஜியனிலும் உள்ள வீரர்களின் எண்ணிக்கை 6000 ஆகும். இந்த லெஜியன் ஹோஹார்ட், மேனிபிள்ஸ், செஞ்சுரீஸ் மற்றும் காண்ட்யூபெரினியாஸ் என்று பிரிக்கப்பட்டிருக்கும். கோஹர்ட்டில் 480 வீரர்களும், மலைப் பகுதிகளில் போர் புரியும் திறன் பெற்ற மேனிபிள்ஸில் 160 வீரர்களும், செஞ்சுரீஸில் 100 வீரர்களும், காண்ட்யூ பெரினியாஸில் 8 வீரர்களும் இருப்பார்கள். செஞ்சுரி என்றால் 100 என்ற கணக்கு இதிலிருந்து உருவானதுதான். ஒவ்வொரு செஞ்சுரியிலும் 100 வீரர்கள் என மொத்தம் 60 செஞ்சுரிகள் கொண்டது 1 லெஜியன் ஆகும். போருக்குத் தலைமை ஏற்கும் தளபதியின் வெற்றி, லெஜியன்களின் எண்ணிக்கையை அதிகரிப்பதிலும், திறமையான வீரர்களைக் கொண்டு அமைக்கும் வியூகத்திலும்தான் அடங்கி உள்ளது.

தங்குவதற்கான கூடாரங்களை விரைந்து அமைப்பதில் ரோமானியப் போர் வீரர்கள் திறமைசாலிகள். அவற்றுக்குத் தேவையான பொருள் களை எப்போதும் சுமந்து கொண்டே செல்வார்கள். ஒவ்வொரு கூடாரத்தில் 8 வீரர்கள் வரை தங்கலாம். அடிக்கடி பயணம் செய்து கொண்டே இருப்பதாலும், தட்ப வெப்ப நிலை மாறுவதாலும், உடல் ஆரோக்கியத்தைப் பாதுகாக்க உணவு விஷயத்தில் கட்டுப்பாடாக இருப்பார்கள்.

15 நாள்களுக்கு ஒரு முறை ஒவ்வொரு வீரருக்கும் உணவுப் பொருள்கள் வழங்கப்படும். கோதுமை, பார்லி, அரிசி ஆகிய தானியங்கள் மூலம்

அவற்றை உணவாகவோ, ரொட்டியாகவோ, கஞ்சியாகவோ தயாரித்துக் கொள்ளலாம். இறைச்சி, பாலாடைக்கட்டி, ஆலிவ் எண்ணெய் ஆகியவையும் முறை வைத்துத் தரப்படும். பாதுகாத்துக் கொள்ளவும், எதிர்த்துப் போரிடவும் ஒவ்வொரு வீரருக்கும் ஆயுதங்கள் வழங்கப்படும்.

எண்கள்

1, 2, 3 என்று இன்றைக்கு உலகம் முழுவதும் பரவலாக உள்ள எண்கள் அரேபிய எழுத்துகள் ஆகும். ஆனால் பல்லாயிரக்கணக்கான ஆண்டு களுக்கு முன்பு I, II, III ,IV, V, VI, VII, VIII, IX, X என்னும் குறியீட்டு எண்களை ரோமானியர்கள் கண்டுபிடித்ததால் இவை ரோமன் எண்கள் என்று அழைக்கப்படுகின்றன. X (10) L (50) C (100) D (500)   M (1000) என்ற எழுத்துகள் அடைப்புக்குறிகளில் உள்ள எண்களைக் குறிக்கும். M என்ற எழுத்தின் மீது எத்தனை கோடுகள் கிழிக்கிறோமோ அத்தனை முறை 1000 என்ற எண்ணை 1000 என்ற எண்ணால் பெருக்கி விடை காணலாம்.

ஆயிரக்கணக்கான ஆண்டுகள் பழமையான ரோமானிய எண்கள், புத்தகத்தின் அத்தியாயங்களைக் குறிக்கவும், கடிகாரங்களில் நேரத்தைக் காட்டவும் மட்டுமே இன்றைக்குப் பயன்பாட்டில் உள்ளன. அரேபிய எண்கள் பயன்படுத்த எளிதாக இருப்பதால் அவற்றையே உலகம் ஏற்றுக்கொண்டுள்ளது.

கடவுள்

பண்டைய ரோமானியர்கள் இயற்கையில் காணப்படும் ஒவ்வொன்றையும் பெயர் சூட்டி வழிபட்டனர். கிரேக்க கடவுள் களுக்கும், ரோமானிய கடவுள்களுக்கும், பெயர்கள் வேறு வேறாக இருந்தாலும், நெருங்கிய தொடர்பு உண்டு. ஆரம்பத்தில் ரோமானியக் கடவுள்களுக்கு மனித உருவமோ, மிருக உருவமோ அல்லது எந்த வடிவமோ கிடையாது. ஆனால் ஒவ்வொரு கடவுளுக்கும் ஒவ்வொரு இடத்தை ஒதுக்கியிருந்தனர். உயர்ந்த மலைகள், ஓக் மரங்கள் ஆகியவை மழை, மின்னல் மற்றும் இடி தேவதையான ஜுபிடருக் கானவை. எதாவது ஓரிடத்தை மின்னல் தாக்கினால் அந்த இடத்தில் ஜுபிடருக்குக் கோயில் கட்டப்படும். ரோமாபுரி உருவாக்கப்பட்டு சுமார் 170 ஆண்டுகள் வரை உருவங்கள் இல்லாமல்தான் ரோமானியர்கள் கடவுள்களை வழிபட்டு வந்தனர். கிமு 6 இல் கிரேக்க நாகரிகம் ஊடுருவத் தொடங்கிய பிறகே ரோமானியர்களும் கடவுள்களுக்கு உருவம் தந்து வணங்க ஆரம்பித்தனர்.

வானத்துக்கு அதிபதியான கடவுள் கிரேக்கர்களுக்கு ஜியஸ் ரோமானியர்களுக்கு ஜுபிடர். மழை பொய்த்து விவசாயம் பாதிக்கப்பட்டாலோ, அதிகமாகப் பெய்து வெள்ளமாகப் பெருக்கெடுத்தாலோ, ஜுபிடரின் கோபத்தைச் சாந்தப்படுத்த வழிபாடுகள் நடைபெறும். கிரேக்கர்களின் தேவதையான ஜீயஸ் மனைவி ஹீரா ரோமானியர்களுக்கு ஜூனோ. ஜுபிடரின் மகன் ஹெர்குலிஸுக்கு ரோமானிய தேவதைகளின் ராணியான ஜூனோ ஒரு முறை தாய்ப்பால் கொடுக்கும் போது மார்பகத்திலிருந்து கசிந்த துளிகளே வளி மண்டலத்தில் சிந்தி 'பால் வீதி' உருவாகக் காரணம் என்கிறது ரோமானிய புராணம்.

கிரேக்கர்களின் காதல் தேவதை அஃப்ரோடைட் எனில் ரோமானியர்களின் காதல் மற்றும் அழகுக்கான தேவதை வெள்ளி அதாவது வீனஸ். கிரேக்கர்களின் போர்க் கடவுளான ஏர்ஸ் ரோமானியர்களுக்கு செவ்வாய் அல்லது மார்ஸ். ஜூனோவின் சகோதரியான வெஸ்டா பெண்களுக்கான தேவதை ஆகும். எனவேதான் ரோமாபுரியிலுள்ள தேவதையின் கோயில் பூசாரிகளாக கன்னிப் பெண்களே நியமிக்கப்பட்டனர். இது பண்டைய ரோமானிய சமூகத்தில் பிரபலமான பிரிவாகவே பின்னாளில் உருவெடுத்தது. கடலுக்கு அதிபதி நெப்டியூன்., ஜுபிடரின் மற்றொரு சகோதரரான ப்ளூடோ பாதாள லோகத்தின் அதிபதி. ஜுபிடரின் மகன் மற்றும் தேவர்களின் தூதன் மெர்குரி ஆகும். இந்து மதத்தில் நோயாளிகளைக் காக்கும் மருந்துகளின் கடவுள் தன்வந்திரியைப் போல் ரோமானியர்களுக்கு ஏஸ்குலாபியஸ். ஜுபிடரின் மற்றொரு மகனான அப்போலோ சூரியனுக்கு அதிபதி. அப்போலோவின் இரட்டைச் சகோதரிகளுள் ஒருத்தியான டயானா சந்திரனுக்கான தேவதை மற்றும் வேட்டைக்காரி. ஃப்ளோரா பூக்களுக்கான தேவதை. இந்தப் பெயரிலிருந்துதான் பூக்களைக் குறிக்கும் ஃப்ளவர் என்ற சொல் பிறந்தது. அதிர்ஷ்டத்துக்கான தேவதை ஃபார்சூனா. அதிர்ஷ்டத்தைக் குறிக்கும் ஃபார்சூன் என்னும் ஆங்கிலச் சொல் இதிலிருந்துதான் தோன்றியது.

கல்வி மற்றும் கலைக்கான தேவதை மினர்வா ஆகும். பசூஸ் என்னும் தேவதை சட்டம், ஒழுங்கைப் பாதுகாக்கும். பயிர்களுக்கும், அறுவடைக்குமான தேவதை சீரஸ், வீரத்துக்கான அதிபதி பாதி கடவுள், பாதி மனிதனான ஹெர்குலிஸ், இசைக்கான அதிபதி ஆர்ஃபியஸ், நெருப்புக்கு அதிபதி வல்கன், தேவலோகத்துப் பறக்கும் குதிரை பெகாசஸ், நல்ல நேரத்துக்கான தேவதை கான்சஸ். கெடுதலின் பாதிப்பைத் தடுக்கும் சனிதான் ரோமானியர்களுக்கு சாடர்ன். இந்தச் சனியின் பேரன் ஃபவுனஸ் விவசாயிகள் மற்றும் இடையர்களின் கடவுளாகும்.

திருவிழாக்கள்

ரோமானியர்கள் பல்வேறு திருவிழாக்களைக் கொண்டாடினார்கள். அவை மூன்று வகைகளாகப் பிரிக்கப்பட்டிருந்தன.

ஃபெரைவ் ஸ்டேடிவ் - ஒவ்வொரு ஆண்டும் ஏற்கெனவே குறிப்பிடப் பட்ட அதே நாளில் திருவிழாக்கள் நடைபெறும்.

ஃபெரைவ் கான்செப்டேடிவ் - குறிப்பிட்ட நாள்கள் கிடையாது. புது வருடம் தொடங்குவதற்கு முன்பு பூசாரிகள் கொண்டாடப்பட வேண்டிய திருவிழாக்கள் மற்றும் நாள்கள் ஆகியவற்றைக் குறித்துத் தருவார்கள்.

ஃபெரைவ் இம்பெரேடிவ் - இவை ஒவ்வொரு வருடமும் கொண்டாடப் படும் திருவிழாக்கள் அல்ல. போர்களில் வெற்றி பெற்றால் மட்டுமே பிரத்தியேகமாகக் கொண்டாடப்படும்.

மேற்கண்ட பிரிவுகளின் கீழ் ஒவ்வொரு வருடமும் கொண்டாடப் படும் திருவிழாக்கள் பற்றிப் பார்ப்போம். பண்டைய ரோமாபுரியினர் அனைவருமே விவசாயத்தை நம்பியிருந்ததால் அவர்கள் வேளாண்மை செழிக்கவும், பயிர்கள் வளரவும் அவசியமான மழை, சூரியன் ஆகியவற்றையே வழிபட்டனர். காலப்போக்கில் நகரங்கள் உருவானபோது கடவுள் வழிபாடுகள் அதற்கேற்ப மாறின. திருவிழாவுக் கான முக்கிய காரணமும், நிகழும் தேதியும் அடைப்புக் குறிக்குள் தரப்பட்டுள்ளன.

உதாரணத்துக்குச் சில : காம்பிடாலியா (கலப்பை), லத்தீன் (தாய் மொழித் திருவிழா), அகோனாலியா (கதவுகள் மற்றும் ஜன்னல்கள்- ஜனவரி 9), கார்மெண்டாலியா / லூசினா (குழந்தை பிறக்க-ஜனவரி 11), ஐட்ஸ் (ஜுபிடர்-வருடம் முழுவதும் ஜனவரி முதல் டிசம்பர் வரை 13-15), பேரெண்டேலியா (இறந்தவர்களை நினைவு கூரும் நாள் பிப்ரவரி 13). இப்படித் தொடங்கி வருடம் முழுவதும் பல்வேறு தேவதைகளுக்கான திருவிழாக்களை ஒவ்வொரு மாதமும் குறிப்பிட்ட நாள்களில் பண்டைய ரோமானியர்கள் கொண்டாடி மகிழ்ந்தனர்.

மத நம்பிக்கைகள்

ரோமானியர்களின் அன்றாட வாழ்க்கையிலும், அரசியலிலும் கடவுள் வழிபாடு முக்கியமாகக் கருதப்படுகிறது. குறிப்பாக மதம் தொடர்பான அதீத நம்பிக்கைகள் உள்ளூர் வர்த்தகம் தொடங்கி அண்டை நாடுகள் மீதான படையெடுப்பு வரை நீளும். போருக்குச் செல்லும் படை வீரர்களுக்குத் தங்களுடன் கோழிக் குஞ்சுகள் அடங்கிய சிறிய கூண்டை

எடுத்துச் செல்வது வழக்கம். இவை கடவுளுக்கு நேர்ந்து விடப் பட்டவை என்பதால் அவற்றின் நடவடிக்கைகளைப் பொறுத்தே அடுத்து மேற்கொள்ள வேண்டிய பணிகளைத் தீர்மானித்துக் கொள் வார்கள். தானியங்களைக் கோழிக் குஞ்சுகள் சாப்பிட்டால் வெற்றி நிச்சயம் என்றும் அவற்றை உட்கொள்ளாமல் தவிர்த்தால் போரில் தோல்வி என்றும் காலங்காலமாக ஒரு நம்பிக்கை நிலவி வந்துள்ளது.

கார்த்தஜீனிய ஹனிபாலுக்கு எதிராக பிரம்மாண்ட படையுடன் மோத ரோமானியர்கள் ஆயத்தமானார்கள். கார்த்தஜீனியப் படைகள் மிகச் சிறியவை என்றாலும் அவர்களுடன் சண்டையிட ரோமானியர்களுக்கு ஏனோ தயக்கம். அவர்கள் யோசித்ததற்குக் காரணம் வழக்கம்போல் கோழிக் குஞ்சு ஜோஸ்யம்தான். கொடுக்கப்பட்ட தானியங்களை அவை உட்கொள்ளாததைக் கெட்ட சகுனமாகக் கருதிய ரோமானி யர்கள் போரைத் தொடர விரும்பவில்லை. மீறிப் போரிட்டால் தோற்று விடுவோமோ என்று ரோமானியப் படைகளுக்குத் தலைமை தாங்கிய கயஸ் டெரெண்டியஸ் வரோவும், லூசியஸ் அமிலியஸ் பாலஸுும் அஞ்சினர். இதை உறுதிப்படுத்தும் வகையில் அவர்களுக்குப் பழைய சம்பவம் ஒன்றும் நினைவுக்கு வந்தது.

கிமு 216 இல் கார்த்தஜீனியர்களுக்கு எதிராகப் போர் தொடுப்பதற்கு முன்பு ரோமானியத் தளபதி புல்சர் தனது வெற்றி வாய்ப்புகளைத் தெரிந்துகொள்ள வழக்கம்போல் கோழிக் குஞ்சுகளுக்கு தானியங் களைக் கொடுத்தார். அவை புறக்கணிக்கப்பட்டன. கோபமடைந்த புல்சர் கோழிக் குஞ்சகளைக் கொன்று கடலில் வீசி எறிந்ததுடன், போரில் வெற்றிபெற்று கோழி ஜோசியத்தைப் பொய்யாக்கிக் காட்டுகிறேன் என்று சவாலும் விட்டார். ஆனால் கடைசியில் என்ன நடந்தது தெரியுமா? கோழி ஜோசியம்தான் உண்மையாயிற்று. கார்த்த ஜீனியத்தின் சிறிய கடற்படை ரோமானியப் பெரும் கடற்படையைத் துவம்சம் செய்து சிதற அடித்தது. இந்தச் சம்பவம் நினைவுக்கு வரவே கயஸ் வரோவும், லூசியஸ் அமிலியஸ் பாலஸுும் தயக்கத்துடனேயே கார்த்தஜீனியர்களை எதிர்த்துப் போரைத் தொடங்கினர். ஆனால் அவர்கள் பயந்ததைப் போலவே ரோமானியப் படைகள் படுதோல்வியைத் தழுவின. கோழி ஜோசியம் உண்மையென மீண்டும் ஒருமுறை நிரூபணமானது.

போரில் மட்டுமின்றி ரோமானியர்களின் அன்றாட அரசியலிலும், நிர்வாகத்திலும் கோழி ஜோசியமும், சகுனமும் முக்கியப் பங்களித்து வந்தன. இதற்கு உதாரணம் பின்னாளில் அதிகாரத்துக்கு வந்த சீசரின் ஆலோசகரான மார்கஸ் கேல்பர்னியஸ் பிபுலஸ். சீசர் எடுக்கும் எல்லா முடிவுகளையும் எதிர்ப்பதையே கொள்கையாக வைத்திருந்தார் இவர். குறிப்பாக மத அடிப்படையிலான பல விஷயங்களில் ஆர்வம் செலுத்தி

சீசரின் முடிவுகளை நிறைவேற்றுவதில் முட்டுக்கட்டை போட்டு வந்தார். சீசர் வெறுத்துப்போய் பிபுலஸைப் புறக்கணிக்கத் தொடங்கியதுடன் அவரது கருத்துகளுக்கு முக்கியத்துவம் தர வேண்டாம் என்றும் உத்தரவிட்டார். ஒரு சமயம் சீசர் பொதுக் கூட்டத்தில் பேசுகையில் பிபுலஸ் அடிக்கடி குறுக்கிட்டு அவரது கவனத்தை ஈர்க்க முயற்சித்துக்கொண்டிருந்தார். சீசரின் காவலாளிகள் கோபமுற்று பிபுலஸ் மீது சாணியை வீசியடித்ததுடன் அவருடன் வந்தவர்களையும் அடித்து உதைத்து விரட்டியடித்தனர்.

உயிரைக் காப்பாற்றிக் கொள்ள வெளியே தலை கட்டாமல் வீட்டுக்குள் சில காலம் பிபுலஸ் முடங்கிக் கிடந்தார். பரபரப்பாக இருப்பவர் திடீரென அமைதியாகக் காணப்படவே, அக்கம் பக்கம் இருந்தவர்கள் நிகழ்ச்சிகளில் கலந்துகொள்ளாமல் ஒதுங்கி இருப்பதற்கான காரணத்தைக் கேட்டனர். 'வான சாஸ்திரம் படிக்கிறேன். அங்கிருந்து வரும் செய்திகள் நல்ல சகுனமா அல்லது கெட்ட சகுனமா என்று ஆய்வு செய்வதற்காகத்தான் வீட்டிலேயே இருக்கிறேன்' என்று கூறிச் சமாளித்தார். இதில் ஆச்சரியமான விஷயம் என்னவெனில் கேள்வி கேட்டவர்களும் அவர் சொன்ன கதையை நம்பியதுதான். காலங் காலமாக நிலவி வந்த மூட நம்பிக்கைகள் சீசர் காலத்திலும் தொடர்கதையானது.

மொழி, இலக்கியம்

'லத்தீன்' பண்டைய ரோமாபுரி மற்றும் அருகிலுள்ள 'லத்தியம்' பகுதிகளின் மொழியாகும். ரோமாபுரியின் சாம்ராஜ்ஜியம் விரிவடைந்ததைத் தொடர்ந்து லத்தீனும் பரவத் தொடங்கியது. லத்தீன் உண்மையிலேயே ரோமாபுரிக்குச் சொந்தமான தாய்மொழி அல்ல. இத்தாலியின் வடக்குப் பகுதியான லத்தீனில் வசித்த மக்கள் ரோமாபுரிக்குக் குடிபெயர்ந்தபோது லத்தீனும் கலந்தது. காலப் போக்கில் உள்ளூர் மொழியை அழித்து ரோமாபுரியின் அதிகாரப்பூர்வ மொழியாக லத்தீன் அங்கீகாரம் பெற்றது விந்தைதான்.

கிமு 300 - 70 வரை பண்டைக் காலம் (எனியஸ், பிளேடஸ், டெரன்ஸ்), கிமு 70 - கிபி 15 வரை பொற்காலம் (ஜூலியஸ் சீசர், சிசெரோ, லிவி, கேடுலஸ், விர்ஜில், ஹோரேஸ்), கிபி 15 - கிபி 130 வரை வெள்ளிக் காலம் (செனாகா, டேஷிடியஸ்) மற்றும் கிபி 130 - கிபி 640 வரையில் பிந்திய லத்தீன் காலம் என லத்தீன் இலக்கியத்தை நான்கு பகுதிகளாகப் பிரிக்கலாம். பிந்தைய லத்தீன் காலத்தில் பல்வேறு படையெடுப்புகள் காரணமாக அந்நிய மொழிச் சொற்கள் பெருமளவில் லத்தீனில் கலந்து 'லிங்க்வா லேடினா' என்ற தொன்மையை இழந்து 'லிங்க்வா ரோமானியா' என்னும் கலப்பின மொழியாக மாறியது. எவ்வாறு

காலப் போக்கில் சங்கத் தமிழ் தூய சொற்களை இழந்து சென்னைத் தமிழாக மாற்றம் பெற்றதோ அவ்வாறே லத்தீனும் மாறியது. கிபி 15 - கிபி 16 ஆம் நூற்றாண்டில் நவீன லத்தீன் உருவானது. 18 ஆம் நூற்றாண்டு வரை அறிவுஜீவிகள் மற்றும் அதிகாரத்தில் உள்ளவர்களின் அதிகாரப்பூர்வ ஆட்சி மொழியாகவும், 20 ஆம் நூற்றாண்டு தொடக்கம் வரை ரோமன் கத்தோலிக்கத் திருச்சபையின் வழிபாட்டு மொழியாகவும் இருந்தது. இருப்பினும் இன்றைக்கும் ரோமன் கத்தோலிக்க திருச்சபையின் முக்கிய ஆவணங்கள் லத்தீனில்தான் எழுதப்படுகின்றன.

ரோமானியர்களின் 'லத்தீன்' மொழி இன்றைக்கு பில்லியனுக்கும் அதிகமான மக்கள் பேசும் பல மொழிகள் தோன்றுவதற்கு ஆதாரமாக இருக்கிறது. குறிப்பாக போலந்து, துருக்கி மற்றும் வியட்நாம் மொழிகள் ரோமானிய எழுத்துகளையே தற்போதும் பயன்படுத்தி வருகின்றன. லத்தீனின் பெரும்பாலான சொற்களை ஆங்கிலம் நேரடியாகவும், பிரெஞ்ச் மொழி மூலமாகவும் ஏற்றுக்கொண்டுள்ளது. கிரேக்க மொழியுடன் ஒப்பிடுகையில் அதன் செறிவும், சிறப்பும் சற்றுக் குறைவு என்றாலும், உலகின் பல மொழிகளில் இதன் சொற்கள் கலந்திருப்பதே அதன் பெருமைக்குச் சான்றாகும்.

தெற்கு இத்தாலி மற்றும் சிசிலியில் வேகமாக வளர்ந்த கிரேக்க இலக்கியத்துடன் ஒப்பிடுகையில் ரோமானிய இலக்கியம் மெதுவாகவே வளர்ந்தது.லத்தீன் மொழியைப் பரவலாக்க ரோமானி யர்கள் தீவிர முயற்சி எடுத்தாலும் பன்னிரு டேபிள்ஸ், குடும்பப் பதிவுகள், தனிநபர் அடையாளங்கள் என அரசு ஆவணங்கள் மட்டுமே லத்தீன் மொழியில் எழுதப்பட்டன. கிரேக்க மொழியின் சாயல் லத்தீனில் அதிகம் காணப்பட்டதால், ரோமானிய அறிஞர்கள் லத்தீனுடன், கிரேக்க மொழியையும் பயின்றனர். கிரேக்க மொழியி லேயே பல காவியங்களையும், வரலாறுகளையும் பதிவு செய்தனர்.

லத்தீன் இலக்கியத்தின் ஆரம்பம் கிமு 300இல் ரோமாபுரிக்கு இழுத்து வரப்பட்ட கிரேக்க மொழி பேசும் அடிமையான லூஷியஸ் லிவியஸ் அண்டோனிகஸ்ஸுடன் தொடங்குகிறது. அந்தக் காலத்தில் அடிமை களுக்கும் கல்வியறிவு இருந்தது என்பது இதன் மூலம் தெரிகிறது. லத்தீனில் மொழிபெயர்க்கப்பட்ட முதல் இலக்கியம் கிரேக்கக் கவிஞர் ஹோமர் எழுதிய 'ஒடிசி'. இதனை மொழிபெயர்த்த பெருமை லத்தீன் இலக்கியத்தின் தந்தை என்று அழைக்கப்படும் லூஷியஸ் லிவியஸ் அண்ட்ரோனியஸையே (கிமு 284-204). சேரும். இத்துடன் கிரேக்க நாடகங்களையும், சோகக் கதைகளையும் மொழிபெயர்த்துள்ளார்.

லத்தீன் கவிதைகளின் தந்தை என்றும் அழைக்கப்படும் குவிண்டஸ் எனியஸ் (கிமு 239 - 169) படைப்புகளின் சில பகுதிகள் மட்டுமே

தற்போது கிடைக்கின்றன. பிளாடஸ் (கிமு 254 - 184) எழுதிய 20 நகைச்சுவை நாடகங்கள் முழுமையாகக் கிடைக்கின்றன. இவரது எழுத்துகளின் பிரதிபலிப்பைப் பின்னாளில் பல எழுத்தாளர்களின் படைப்புகளில் காணலாம். மெனாக்மி என்னும் இவரது நாடகத்தைத் தழுவி பிரபல நாடக ஆசிரியர் ஷேக்ஸ்பியர் 'தி காமெடி ஆஃப் எரர்ஸ்' என்னும் நாடகத்தை எழுதினார்.

ஜூலியஸ் சீசர் மிகச் சிறந்த வீரர் என்று மட்டுமே அறியப்படுகிறார். ஆனால் அவர் மிகச் சிறந்த எழுத்தாளரும்கூட. காலிக் போர்கள் குறித்து அவர் எழுதிய குறிப்புகள் அக்காலப் போர் முறைகளை விளக்கும் ஆவணங்களாக விளங்குகின்றன.

கல்வி

பண்டைய ரோமானிய சாம்ராஜ்ஜியத்தில் கல்வி அனைவருக்கும் அவசியம் என்பதுடன் கட்டாயமும்கூட. ஆண்டான் அடிமை வேறு பாடில்லாமல் அனைவருக்கும் கல்வி அளிக்கப்பட்டது. வசதி படைத்தவர்கள் உயர் கல்வி கற்க, ஏழைகள் அடிப்படைக் கல்வியுடன் நிறுத்திக்கொண்டனர். வசதியான குடும்பத்து குழந்தைகளைத் தேடி வீட்டுக்கே வந்து ஆசிரியர்கள் கல்வியறிவைப் புகட்டினர். இன்றைக்கு இருப்பதுபோல் பள்ளிகளுக்கெனத் தனியாகக் கட்டுமானங்கள் இல்லை. கடைகளின் விரிவாக்கமாக பக்கத்திலேயே, சிறிய தடுப்புகளுடன் பள்ளிகள் இயங்கின.

இளம் வயது முதற்கொண்டே ரோமானியக் குழந்தைகளுக்கு லத்தீன் மொழியுடன், கிரேக்க இலக்கணமும், மேடைப் பேச்சும், தத்துவமும் கற்றுக் கொடுக்கப்பட்டன. ஏட்டுக் கல்வியுடன், சண்டைப் பயிற்சியையும் ஆண்கள் கற்றுக்கொள்ள இசை, சமையல், தையல், குடும்ப நிர்வாகம், நீதி போதனைகள், வீட்டு வேலைகள் ஆகியவற்றைப் பெண்கள் தாயிடமிருந்து தெரிந்து கொண்டனர்.

சரியாகப் படிக்காத மாணவர்களும், தவறு செய்யும் மாணவர்களும் தண்டிக்கப்பட்டனர். மாணவர்கள் காலை சூரிய உதயம் முதல் இரவு படுக்கும் வரை பள்ளியிலேயே தங்கிப் படிக்கவேண்டும். மதிய உணவுக்காகக் கொஞ்சம் இடைவேளை. பள்ளிகள் விடுமுறையின்றி வருடம் முழுவதும் இயங்கின. புத்தகங்கள் அதிக விலை என்பதால் வசதியானவர்களுக்கு மட்டுமே சாத்தியப்பட்டன. எனவே பெரும்பாலும் செவி வழிக் கல்விதான். முதல் நாள் கற்றுக் கொடுத்ததை மனப்பாடம் செய்து அடுத்த நாள் ஒப்பிக்கவேண்டும்.

பண்டைய ரோமாபுரியில் இரு வகையான பள்ளிகள் இயங்கின. 11 / 12 வயது வரையிலான குழந்தைகளுக்கான பள்ளியில் அபாகஸ்

முறையிலான அடிப்படைக் கணக்கும், எழுத்தும் கற்றுத் தரப்பட்டன. பெரியவர்களுக்குச் சிறப்பான மற்றும் மேம்பட்ட பள்ளிகள் மூலம் பேச்சுக் கலை, ஞானிகளின் தத்துவங்கள், இலக்கியங்கள் ஆகியவை போதிக்கப்பட்டன. பூப்பெய்தும் வரை, அதிகபட்சம் 12 வயது வரை பள்ளிகளுக்குச் செல்லும் பெண்களின் படிப்பு அத்துடன் நிறுத்தப்படும்.

இன்றைக்கு நாம் சொல்லும் 'காகிதம்' என்ற சொல்லுக்கு மூலம் பாபிரஸ் என்னும் எகிப்தியச் செடியாகும். இந்தச் செடியிலிருந்து தயாரிக்கப்பட்ட காகிதம் விலை அதிகம் என்பதால் குழந்தைகள் முதலில் மெழுகு ஊற்றப்பட்ட பலகையின்மீது கூர்மையான முனை கொண்ட குச்சியால் எழுதிப் பழகவேண்டும். பின்னரே கரியைக் கரைத்து கருமைத் திரவமாக்கி அதில் குச்சியைத் தோய்த்து காகிதத்தில் எழுத அனுமதிக்கப்பட்டனர்

குடும்ப உறவுகள்

பண்டைய ரோமானியச் சமூகம் ஆண்வழிச் சமூகமாகும். மனைவி, குழந்தைகள் மீது கணவனே ஆதிக்கம் செலுத்துகிறான். கணவனின் மூதாதையர்களே குடும்பத்தில் வழிபாட்டுக்கு உரியவர்கள். ஆண் வழிச் சமூகமாக இருந்தாலும்கூடப் பெண்களும் முக்கியப் பொறுப்பு களை ஏற்றுக் கொண்டிருந்தனர். ரோமானியர்களின் தனிப்பட்ட மற்றும் சமூக உறவுகளுக்குக் குடும்பமே அடித்தளம் ஆகும். குடும்பத்துடன் மதமும் இணைந்து இரண்டும் ரோமானிய சமூகத்தின் இரட்டைத் தூண்களாகப் பின்னிப் பிணைந்திருந்ததால் ஒவ்வொரு ரோமானியனும் தனது குடும்பத்துக்கும், கடவுளுக்கும் கட்டுப்பட்ட வனாகிறான். இதனால் பொது வாழ்விலும் சரி, தனிப்பட்ட வாழ்விலும் சரி சொன்ன சொல்லைக் காப்பாற்ற வேண்டியது அவனது கடமையாகும்.

குழந்தை பெற்றுக்கொண்டு குடும்பம் நடத்துவதுதான் திருமணத்துக் கான முக்கிய நோக்கமாகும். குழந்தைத் திருமணம் மிக அரிதாகவே பண்டைய ரோமானிய சமூகத்தில் நடைபெற்றது. பெண்ணுக்குத் திருமண வயது 12, ஆணுக்கு 14 ஆகும். கிரேக்க சமூகத்துடன் ஒப்பிடும் போது ரோமானிய பெண்களுக்குக் கிடைத்த சுதந்திரம் அதிகமென்றே வரலாற்று ஆசிரியர்கள் கருதுகின்றனர். குழந்தைகளை நன்றாக வளர்க்க வேண்டிய முக்கியப் பொறுப்பு அம்மாவுக்குத்தான். சொத்து குறித்த உயில் எழுதாத பட்சத்தில் தந்தையின் சொத்தில் பெண்ணுக்கும் சம உரிமை உண்டு. ஈராயிரம் ஆண்டுகளுக்கு முன்பே ரோமானியக் கலாசாரம் பெண்களுக்கும் சொத்தில் பங்களித்தது குறிப்பிடத் தக்கதாகும். குடும்பம், போர், நிர்வாகம் என ஒவ்வொரு ஆணின்

வெற்றிக்கும் பின்னால் ஒரு பெண் உண்டு என்பதை ரோமானியச் சமூகம் பல தருணங்களில் உறுதிப்படுத்தியுள்ளது.

திருமணம்

மேட்ரிமோனியம் என்னும் லத்தீன் சொல்லின் பொருள் திருமணம். இதுவே ஆங்கிலத்தில் 'மேட்ரிமோனி' என்றானது. கட்டாய ராணுவப் பயிற்சியுடன் சில காலம் ராணுவத்தில் பணியாற்றிய பிறகே ரோமானிய ஆண்கள் திருமணம் செய்துகொள்ளமுடியும்.

பெண் பூப்பெய்தவுடன் மாப்பிள்ளை பார்க்கும் படலம் தீவிர மடைந்தாலும் திருமண வயது பெண்களுக்கு 15 - 20 மற்றும் ஆண்களுக்கு 20 - 25 ஆகும். திருமணச் செலவுகள் பெண் வீட்டாரைச் சேர்ந்ததாகும். அரசியல் மற்றும் குடும்பப் பிரச்னைகள் காரணமாக இளம் வயதில் பெண்ணுக்குத் திருமணம் நடைபெற நேர்ந்தால் அவள் பூப்படையும் வரை பெற்றோர் வீட்டில்தான் தங்கியிருக்கவேண்டும். வயதுக்கு வந்த பிறகே புகுந்த வீட்டுக்கு அனுப்பி வைக்கப்படுவாள். கணவன், மாமியார், மாமனார், நாத்தனார், கொழுந்தனார் மற்றும் அவர்களது சொந்தங்களுடன் அனுசரித்துப் போதல், சமையல், குடும்ப நிர்வாகம் ஆகியவற்றை மகளுக்குச் சொல்லித் தர வேண்டியது பெற்ற தாயின் கடமையாகும்.

தந்தையின் சம்மதம் இல்லாமல் பிள்ளைகள் திருமணம் செய்துகொள்ள முடியாது. முறை தவறிப் பிறந்த மற்றும் தந்தையை இழந்த பிள்ளை களுக்கு இது பொருந்தாது. அப்படியெனில் தந்தையை மீறிக் காதல் திருமணம் செய்துகொள்ள பண்டைய ரோமானிய சமூகம் அனுமதித்ததா என்ற கேள்விக்குப் பதிலில்லை. பண்டைய இந்தியக் கலாசாரங்களில் பெண்களுக்கு உரிமையுள்ள சுயம்வரம், காந்தர்வ விவாகம், காதலுடன் ஓடிப் போகும் உடன்போக்கு ஆகியவை ரோமானியக் கலாசாரத்தில் இருந்தனவா என்பதும் தெரியவில்லை.

பணக்கார வீட்டுத் திருமணம் ஆடம்பரமாகவும், ஏழை வீட்டுத் திருமணம் எளிமையாகவும் நடைபெறும். தங்கள் செல்வச் செழிப்பைப் பறைசாற்றிக் கொள்ளத் திருமணங்களைப் படாடோப மாக நடத்துவதில் ரோமானியர்களுக்கு ஆர்வமுண்டு. திருமணம் செய்யக்கூடாத நாள்களைத் தவிர்த்து, நாள், நட்சத்திரம், சகுனம் பார்த்து மத நம்பிக்கை அடிப்படையில் திருமணத்துக்கான நல்ல நாளைத் தேர்ந்தெடுப்பார்கள். திருமணத்துக்கு முன்பு நடக்கும் நிச்சயதார்த்த நிகழ்ச்சியில் பெண்ணின் விரலில் மாப்பிள்ளை இரும்பு மோதிரத்தை அணிவிப்பார். திருமணத்துக்கு முதல் நாள் கடவுள்களைத் திருப்திப்படுத்த ஆடு, மாடு பலி கொடுக்கப்படும்.

வரதட்சணை கொடுக்கும் பழக்கம் ரோமானிய சமூகத்தில் நிலவியது. பெண் வீட்டார் கொடுக்கும் வரதட்சணை ஒவ்வொரு ரோமானியத் திருமணத்திலும் முக்கியப் பங்கு வகிக்கிறது. ரொக்கப் பணத்துடன், நகைகள், ஆடைகள், ஆபரணங்கள், நிலம், அடிமைகள் ஆகியவை இதில் அடங்கும். இது கட்டாயம் என்பதைவிடச் சம்பிரதாயம். என்று சொல்லலாம். திருமணம் செய்துகொள்ளும் இரு வீட்டாரின் அந்தஸ்தைக் கொடுக்கப்படும் வரதட்சணை நிர்ணயிக்கும். திருமண முறிவு ஏற்பட்டால் பெண் கொண்டு வந்த சீருடன், வரதட்சணை ரொக்கத்தையும் ஆண் திருப்பித் தர வேண்டும். அந்தப் பெண் மறுமணம் செய்துகொள்ளவோ தனித்து வாழவோ இந்தப் பணம் அவளுக்கு உதவும்.

மதத் தலைவர் முன்னிலையில் திருமணம் நடைபெறும். திருமணத்தின் போது இந்தியப் பெண்களின் கழுத்தில் 'தாலி' முடிச்சு இருப்பதைப் போல் ரோமானியப் பெண்களின் இடுப்பில் இறுக்கமான முடிச்சு போடப்படும். திருமணம் முடிந்தவுடன் கணவனிடம் 'நீ எங்கே நான் அங்கே.' என்று மனைவி கூறுவது வழக்கம். இருவீட்டுப் பெரியவர்களின் வாழ்த்தொலியுடன், மலர்கள் தூவி ஆசி வழங்கத் திருமணம் இனிதே நிறைவு பெறும்.

திருமணமான பெண் பிறந்த வீட்டை விட்டு வெளியேறி கணவனின் வீட்டில் குடியேறுவாள். கணவன் முன்னதாகவே தனது வீட்டில் காத்திருக்கப் பெண் புகுந்த வீட்டுக்கு ஊர்வலமாக அழைத்து வரப்படுவாள். பெண் தனது பிறந்த வீட்டின் சீதனங்களாக மற்ற பொருள்களுடன் முக்கியமாக விளக்கையும், தண்ணீரையும் புகுந்த வீட்டுக்கு எடுத்து வருவாள். விருந்து, முதலிரவு நடைபெறும் அறையை நன்றாகச் சுத்தப்படுத்திப் பெண் வீட்டிலிருந்து எடுத்து வந்த விளக்கை முதலிரவு நடைபெறும் அறையில் ஏற்றி, தண்ணீர் தெளிப்பார்கள். வீட்டுக்குள்ளும், அறைக்குள்ளும் ஏதேனும் கெட்ட ஆவி இருந்தால் அதை விரட்டி அடிக்கவே இந்தச் சம்பிரதாயம். ஒரேயொரு முறை மட்டுமே திருமணமாகி, கணவனை விட்டுப் பிரியாமல், அவனுடன் மகிழ்ச்சியுடன் வாழ்ந்து கொண்டிருக்கும் வயதான சுமங்கலி, மணப்பெண்ணை அலங்கரித்துப், புத்தாடைகள் அணிவித்து, முதலிரவு அறைக்கு அழைத்துச் செல்வாள். கண்களை மூடிக் கொண்டு செல்லும் மணப்பெண் அறைக்குள் நுழைந்த பிறகே கண்ணைத் திறக்க வேண்டும். கணவனின் முதல் வேலை என்ன தெரியுமா? அறைக்குள் நுழைந்த மனைவியின் இடுப்பில் இறுக்கிப் போடப்பட்டிருக்கும் முடிச்சைக் கத்தரித்து அறுக்காமல் மெதுவாக அவிழ்க்கவேண்டும். இது அவனது பொறுமைக்கான சோதனையாகும். மக்கள் தொகை அதிகமிருக்கும் நாடே வல்லரசாக மதிக்கப்பட்டது. எனவே ராணுவ

பலத்தை அதிகரிக்க பண்டைய ரோமானிய மன்னர்கள் தங்கள் குடிமக்கள் அனைவரும் கட்டாயம் திருமணம் செய்துகொண்டு அதிக எண்ணிக்கையில் குழந்தைகளைப் பெற்றுக்கொள்ள ஊக்குவிக்கப் பட்டனர். குறிப்பாக அகஸ்டஸ் சீசர் தனது ஆட்சியில் திருமணம் செய்து கொள்ளாமல் தனியாக வாழ்பவர்களுக்கும், குழந்தைப் பேறு இல்லாதவர்களுக்கும் அதிக வரிகளை விதித்ததாகக் கூறப்படுகிறது.

கள்ள உறவு

ஒரு ஆண் தனது மனைவி அல்லது விலைமாது அல்லது அடிமைப் பெண்ணுடன் மட்டுமே பாலுறவு வைத்துக் கொள்ளலாம். மாற்றான் மனைவியுடன் கள்ள உறவு வைத்துக் கொள்வது தண்டனைக்குரிய குற்றமாகும். கணவன், மனைவி இருவரில் யாரேனும் ஒருவர் கள்ள உறவு வைத்திருப்பது நிரூபிக்கப்பட்டாலும் மற்றவர் விவாகரத்தைக் கோரிப் பெறலாம். தண்டனை பெற்ற ஆணோ, பெண்ணோ மறு திருமணம் செய்துகொள்ள முடியாது. தவறு செய்த கணவன் வரதட்சணைப் பணத்தைத் திருப்பித் தரவேண்டும். இதுவே மனைவி தவறு செய்திருந்தால் திருமணம் ரத்தாவதுடன், வரதட்சணைப் பணத்தையும் இழக்க நேரிடும்.

மறுமணம்

அடிக்கடி போர்கள் நடைபெற்றதாலும், கொடிய உயிர்க்கொல்லி நோய்கள் பரவியதாலும், இறப்புகள் அதிகரித்து, மக்கள் தொகை குறைந்து கொண்டிருந்தது. குறிப்பாக போர்கள் காரணமாக ஆண்களின் இறப்பு விகிதம் பெருகியதால் பெண்கள் மறுமணம் செய்து கொண்டனர். இதன் காரணமாக முதல் கணவன் / மனைவி மூலம் பிறந்தவரின் வயதை விடக் குறைந்த வயது கொண்ட ஆண் / பெண்ணைத் திருமணம் செய்துகொள்வது சகஜமாக இருந்தது. விவாகரத்து பெற்றோ, தனித்தோ வாழும் ஆண்களையும், பெண் களையும் தேடிப் பிடித்து அவர்களுக்கு அரசு செலவில் மறுமணம் செய்து வைக்க அகஸ்டஸ் ஆட்சியில் உத்தரவு பிறப்பிக்கப் பட்டிருந்தது. ஆணோ பெண்ணோ பாலுறவில் ஈடுபடாமல் நீண்ட காலம் தனித்திருந்தால் அவர்களுக்குப் பல்வேறு உடல் உபாதைகளும், நோய்களும் தொற்றிக் கொள்ளும் என்பது ரோமானியர்களின் நம்பிக்கை. இதன் காரணமாக பண்டைய ரோமானியர்களின் காலத்தில் ஆணோ பெண்ணோ மிக மிக அரிதாகவே தனித்துக் காணப்பட்டனர்.

ஒருவனுக்கு ஒருத்தி என்பதுதான் பண்டைய ரோமானியத் திருமண முறை. ஆனால் கிரேக்க கலாசாரம் ரோமாபுரியில் ஊடுருவிய பின்னர்

'யார் வேண்டுமானாலும் யாருடனுடனும்' என்னும் பழக்கம் பரவலானது. மனைவி என்னும் உறவைத் தாண்டி இன்னொரு பெண்ணுடனும் தகாத உறவு வைத்துக்கொள்ளும் பழக்கம் கிரேக்கம் போன்று ரோமாபுரியிலும் பரவியது. இது அநாகரிகமாகக் கருதப்பட வில்லை. இத்தகைய உறவுகளுக்கு சட்டபூர்வ அங்கீகாரமளித்தார் அகஸ்டஸ். ஆனால் இவர்களுக்குப் பிறக்கும் குழந்தைகள் சொத்துரிமை கோர முடியாது. சமூகத்தில் மனைவிக்கு நிகரான அங்கீகாரம் இன்னொரு பெண்ணுக்குக் கிடையாது. இதன் காரண மாகவே வசதி படைத்தவர்கள் முதல் மனைவி இறந்த பிறகு இன்னொரு பெண்ணுடன் இணைந்து வாழும் பழக்கம் அதிகரிக்கத் தொடங்கியது. ஏழைப் பெற்றோர்கள் பணத்துக்கு ஆசைப்பட்டு தங்கள் பெண்களை அவர்கள் விருப்பத்துக்கு மாறாக வயதானவர்களுடன் வாழ வைத்தனர்.

குழந்தை பிறப்பு

ரோமாபுரிச் சமூகம் ஆண் வழிச் சமூகம் என்பதால் மனைவி, குழந்தை களைப் பாதுகாக்க வேண்டிய பொறுப்பு குடும்பத் தலைவன் என்ற முறையில் அவனுக்கே உண்டு. வீட்டுக்குப் புது வாரிசு வருவது சந்தோஷமான விஷயம் என்றாலும் பெண் குழந்தையைவிட ஆண் குழந்தைக்கே ரோமானிய சமூகம் முக்கியத்துவம் தந்தது. பெண்கள் மட்டுமின்றி ஆண்களும் பிரசவம் பார்த்தார்கள். பிரசவம் நல்லபடியாக நடக்கவும், ஊனமின்றிக் குழந்தை பிறக்கவும் கார்மெண்டாலியா மற்றும் லூஸினா தேவதைகளுக்குச் சிறப்பு வழிபாடுகள் நடைபெறும். அக்கம் பக்கம் குடியிருப்பவர்கள், உறவினர்கள், நெருங்கிய நண்பர்கள் ஆகியோர் பிரசவத்தின் போது அழைக்கப்படுவார்கள். பிறக்கும் குழந்தை ஆண் அல்லது பெண், தாயும் சேயும் நலம், குழந்தைக்கு ஊனமில்லை, இன்னார்தான் குழந்தைக்குப் பெற்றோர் ஆகிய வற்றுக்கு இவர்களே சாட்சி.

பிரசவ வலி ஏற்பட்டவுடன் மருத்துவச்சிக்குச் சொல்லி அனுப்பு வார்கள். அந்த அறையில் மருத்துவச்சியும் அவளுக்கு உதவியாக தாதிகளும் மட்டுமே இருப்பார்கள். உறவினர்களும் நண்பர்களும் வெளியேதான் காத்திருக்கவேண்டும். மருத்துவச்சி குழந்தையை அந்தக் குடும்பத்தின் பாரம்பரியச் சொத்தாக கருதப்படும் தாம் பாளத்தில் சிவப்புத் துணியைப் போர்த்தி எடுத்து வருவாள். குடும்பத்தின் வசதியைப் பொருத்து தாம்பாளம் தங்கமாகவோ, வெள்ளியாகவோ, பித்தளையாகவோ இருக்கலாம். ஒருவேளை குழந்தை ஊனமுடன் பிறந்தால் அது உயிருடன் வாழ வேண்டுமா வேண்டாமா என்பதை முடிவெடுக்கும் உரிமை தந்தைக்கு இருந்தது.

மனைவியைக்கூடக் கலந்தாலோசிக்காமல் ஊனமுள்ள குழந்தையைக் குப்பைத் தொட்டியில் வீசி எறியலாம். குழந்தை பிறந்த அடுத்த 11 நாள்களும் அன்றாடம் வீட்டில் சடங்குகள், பூஜைகள், பரிகாரங்கள் நடைபெறும். பிறந்த குழந்தையின் ரத்த வாடையை மோப்பம் பிடித்துக்கொண்டு வீட்டுக்குள் நுழையும் காட்டு தேவதைகளைத் தடுக்க செருப்பு, துடைப்பம், உலக்கை ஆகியவை வீட்டுக்கு வெளியில் வைக்கப்பட்டன.

மற்றபடி, குழந்தை வளர்ப்பில் தாய் தந்தை இருவருக்கும் சமமான பொறுப்புண்டு.

ஆடைகள்

பண்டைய ரோமானிய ஆண்கள் இரு வகை ஆடைகளை அணிந்து கொண்டனர். அவை டூனிகா மற்றும் டோகா ஆகும். டூனிகா என்பது உள்ளாடையுடன் கூடிய நீளம் குறைவான ஆடையாகும். இதற்கு மாறாக டோகா என்பது உள்ளாடையுடன் கூடிய நீளமான ஆடையாகும். ஏழைகள், பணியாளர்கள், அடிமைகள் பருத்தியினாலான டூனிகாவையும், டோகாவையும் உடுத்தினர். பணக்காரர்கள் லினென், கம்பளி, பட்டு ஆகியவற்றால் பின்னப்பட்ட டூனிகாவையும் டோகாவையும் அணிந்தனர். நீதிபதிகள் அணியும் ஆடை டூனிகா ஆகஸ்டி க்ளேவியா என்றும், செனேட்டர்கள் அணியும் ஆடை டூனிகா லேடி க்ளாவியா என்றும் அழைக்கப்படும். ஆடைகள் நழுவி விழாமல் தடுக்க இடுப்பைச் சுற்றி இறுக்கமாக நாடா கட்டப்படும்.

டோகாவில் பல வகை உண்டு. க்ளாசிக் டோகா எனப்படும் 9 முழ நீளமுள்ள ஆடையை முக்கிய நிகழ்ச்சிகளிலும், விசேஷ நாள்களிலும், பண்டிகைக் காலங்களிலும் மட்டுமே அணிந்துகொள்வார்கள். அகஸ்டஸ் ஆட்சியில் அரசு விழாக்களில் இந்த ஆடையை உயரதிகாரிகள் அணிவது கட்டாயமாக்கப்பட்டது. டோகா விரிலிஸ் வெள்ளைக் கழுத்துப் பட்டையுடன் கூடிய பெரியவர்களுக்கான ஆடையாகும். அரை வெண்மையில், கரு நீல வண்ண ஓரங்களுடன் கூடிய டோகா ப்ரீடெக்ஸ்டா செனேட்டர், கவுன்சல் மற்றும் நீதிபதிகளுக்கான ஆடையாகும்.

கருப்பு நிற ஆடை துக்க நிகழ்ச்சிகளில் மட்டுமே அணியப்படும். டோகா கேண்டிடா என்னும் முழு வெண்மை ஆடையை அரசியல்வாதிகள் அணிந்துகொள்வார்கள். அரசியல்வாதிகளின் தூய்மை, நேர்மை ஆகியவற்றுக்கு இந்த வெண்மை இலக்கணமாக அமையும் என்பதே இதன் நோக்கமாகும். டோகா பிக்டா என்பது கரு நீல வண்ணத்தில், ஓரங்களில் தங்க இழைகளுடன் நெய்யப்பட்ட உயர் ரக

ஆடையாகும். ரோமானிய தளபதிகள் மட்டுமே இதை அணிய உரிமை பெற்றவர்கள். அரசு விழாக்கள் அனைத்திலும் ஜூலியஸ் சீசர் இதை அணிந்துகொண்டு தனது அதிகாரபூர்வ ஆடையாகப் பிரபலப் படுத்தினார்.

போர்க் காலங்களில் வீரர்கள் அணியும் ஆடைக்கு சகும் க்ளோக் என்று பெயர். காலப்போக்கில் லாசெர்னா க்ளோக் என்னும் ஆடை பொது இடங்களில் பரவலானது.

ரோமானிய ஆண்களைப் போன்றே பெண்களும் இரு வகையான் ஆடைகளை அணிந்து கொண்டனர். அவற்றில் கிரேக்க ஆடையான சிட்டனின் சாயல் இருக்கும். பீப்ளோஸ் என்பது இரு நீளமான துணியின் முனைகள் தைக்கப்பட்டு முன்னும் பின்னுமாக கழுத்து வழியே முழங்கால் வரை அணியப்படும் ஆடையாகும். திருமணமான பெண்கள் ஆணியும் ஆடைக்கு ஸ்டோலா என்று பெயர். தோள்பட்டை தொடங்கி கால் வரை நீண்டிருக்கும். புல்லா எனப்படும் மேல் அங்கி வெளியே செல்லும்போது அணியப்படும்.

காலணிகள்

வீட்டுக்குள் அணியும் செருப்பு போன்ற காலணிக்கு கேல்ஷியஸ் என்றும், வெளியே செல்லும்போது அணியும் ஷூ போன்ற காலணிக்கு சோலே என்றும் பெயராகும். ஆண்கள், பெண்கள் இரு பாலருக்கும் இவை பொது என்றாலும் பல வண்ணக் காலணிகளை, ஆடையின் நிறத்துக்கு ஏற்ப அக்கால ரோமானியப் பெண்களும் அணிந்து கொண்டனர். தோல் காலணிகள் விலை அதிகம் என்பதால், வசதியான குடும்பங்களைச் சேர்ந்தவர்கள் மட்டுமே அவற்றை அணிந்து வலம் வந்தனர்.

கலைகள்

ரோம் மற்றும் அதன் சாம்ராஜ்ஜியத்தின் கலை பிரிட்டிஷ் தீவுகளிலிருந்து கேஸ்பியன் கடல் வரை பரவியிருந்தது. எட்ரூஸ்கான் மன்னர்களின் ஆட்சி தூக்கி எறியப்பட்டதைத் தொடர்ந்து கிமு 509 இல் ரோமானியக் குடியரசு நிறுவப்பட்டது. ரோமானியக் கலையின் முடிவும், இடைக் காலக் கலையின் தொடக்கமும் மாமன்னர் கான்ஸ்டண்டைன் கிபி 330 இல் கிறிஸ்தவ மதத்துக்கு மாறியதைத் தொடர்ந்தும், தலைநகர் ரோமாபுரியிலிருந்து கான்ஸ்டாண்டிநோபிளுக்கு (இன்றைய இஸ்தான்புல்) மாறியதைத் தொடர்ந்தும் முடிவுக்கு வந்தன. ரோமானிய நாகரிகமும், பண்பாடும் கொஞ்சம்

கொஞ்சமாக மறைய, கிறிஸ்தவத்தின் ஆதிக்கம் மேலோங்கியது. இன்றைக்கு ரோமானிய நாகரிகம், மொழி, பண்பாடு ஆகிய அனைத்துமே ஏடுகளிலும், சிதிலமடைந்த கட்டுமானங்களிலும், காட்சிப் பொருள்களாக மட்டுமே உள்ளன.

ரோமானியக் கலையை 'ரோமானியக் குடியரசுக் கலை' மற்றும் 'ரோமானிய சாம்ராஜ்ஜியக் கலை' என இரு பிரிவுகளாகப் பிரிக்கலாம். ரோமானியக் குடியரசு நிறுவப்பட்டதைத் தொடர்ந்து ரோமானியக் கலை கிரேக்கம் உள்ளிட்ட ஏனைய கலைகளின் தாக்கத்தையும் மீறி இத்தாலியிலும், மத்தியத்தரைக் கடல் பகுதிகளிலும் பரவத் தொடங்கியது. கிறிஸ்து பிறப்பதற்கு இரு நூறாண்டுகளுக்கு முன்பிருந்தே கட்டடம், சிற்பம், ஓவியம் ஆகியவற்றை உள்ளடக்கிய ரோமானியக் கலைகளில் ஆங்காங்கே சிறு வேறுபாடுகள் வேரூன்றத் தொடங்கின. இருப்பினும் பல்வகைப் பண்பாடுகளும், நாகரிகங்களும் நிலவிய நாடுகளிலும் ரோமாபுரியின் சாம்ராஜ்ஜியம் விரிந்திருந்ததால் மிகப் பெரிய பாதிப்புக்கு உள்ளாகவில்லை. ரோமானியக் கலை என்பது மன்னர்கள், செனேட்டர்கள், நோபிள்களுக்கு மட்டுமே சொந்த மல்ல. அது நடுத்தர, ஏழை, எளியவர்களின், இன்னும் குறிப்பாகச் சொல்லப் போனால் அந்த மண்ணின் மைந்தர்களின் கலையாகும். ரோமானியக் கட்டடக் கலை குறித்த விவரங்கள் கிமு 1 இல் வாழ்ந்த விட்ருவியஸ் தொகுப்பிலிருந்தும், 1914 இல் எழுதிய 'டி ஆர்கிடெக்ட்யூரா' ஆகிய நூல்களிலிருந்தும் கிடைக்கின்றன.

நகர அமைப்பு

கிபி 307-310 இல் மாமன்னர் மெக்செண்டியஸால் தொடங்கப்பட்டு கிபி 312 இல் கான்ஸ்டண்டைன் தி கிரேட் மன்னரால் நிறைவு பெற்ற பசிலிகா ஆஃப் மெக்செண்டியஸ் மிகச் சிறந்த கட்டடக் கலை நுணுக்கமாகப் போற்றப்படுகிறது. பல நூற்றாண்டுகள் கடந்த நிலையில் இன்றைக்குச் சிதிலங்கள் மட்டுமே அதன் பெருமையைப் பறைசாற்றிக் கொண்டிருக்கின்றன. ரோமானிய நகரம் கார்டோ (வடக்கு-தெற்கு), டெகாமனஸ் (கிழக்கு-மேற்கு) என இரு முக்கியத் தெருக்களைக் கொண்ட ராணுவ முகாமை நினைவுபடுத்தும் வகையில் நீள் சதுர வடிவிலும், பல்வேறு சிறு சிறு தெருக்களுடனும் அமைந் துள்ளது. நேர்கோடு வரையப்பட்டது போல் சீரான சாலைகளுடன், ஆங்காங்கே குறுகலான தெருக்களும் உண்டு.

நகரின் முக்கியத் திறந்தவெளிக் கட்டுமானமான ஃபோரம் கார்டோ மற்றும் டெகாமனஸ் தெருக்களின் சந்திப்பில் நகரின் மையத்தி லிருக்கும். பொது மக்கள் கூடும் இந்தப் பொது இடத்தில் ஆலய,

ஆபரணங்கள், உணவுப் பொருள்களுக்கான கடைகளுண்டு. இவற்றுடன், பொழுதுபோக்கு நிகழ்ச்சிகளுக்கான அரங்குகளும் ரோமானிய நகர அமைப்பில் இடம் பெற்றிருந்தன. கோயில்கள், செனேட் இல்லம், ஆவணக் காப்பகங்கள், பஸிலிகா ஆகியவையும் இங்கேதான் அமைந்திருக்கும். பஸிலிகா என்பது கூரை வேய்ந்த, இரண்டு அல்லது அதற்கு மேற்பட்ட அடுக்குகளுடன் கூடிய மிகப் பெரிய அரங்காகும். வணிகம் மற்றும் பொருட்கள் பரிமாற்றம் இங்கே நடைபெறும். கிறிஸ்தவம் பரவலான பிறகு கட்டப்பட்ட தேவால யங்கள், இதுபோன்ற பஸிலிகா வடிவமைப்பைக் கொண்டிருப்பது கண்கூடு.

ரோமாபுரியின் பாந்தியான் உலகின் மிகச் சிறந்த கட்டுமானங்களில் ஒன்றாகும். கிபி 118 இல் தொடங்கி கிபி 128 இல் ஹேட்ரியன் என்பவரால் கட்டி முடிக்கப்பட்டது. ரோமானிய நாகரிகத்தின் முக்கியக் கோயிலான கேபிடோலியம் ஃபோரத்தின் கடைசிப் பகுதியிலும், ஏனைய கோயில்கள் நகர மற்றும் புறநகர்ப் பகுதிகளிலும் நிறுவப்பட்டிருக்கும். கிரேக்கத்தின் ஆதிக்கம் அதிகமிருந்த காரணத் தால் ரோமானியக் கட்டுமானங்களிலும் கோயில்களிலும் அவற்றின் சாயல் இருந்தது.

திறந்தவெளி அரங்கம்

பண்டைக் கால ரோமாபுரியின் மிகப் பெரிய மற்றும் பிரபலமான ஆம்ஃபி தியேட்டர் கொலோசியம் ஆகும். கிபி 69 -79 வரை ஆண்ட வெஸ்பேசியன் என்னும் மன்னன் இதன் கட்டுமானப் பணிகளைத் தொடங்க, அவன் மகன் டைடஸ் மற்றும் டொமிஷியன் ஆகியோர் கிபி 80 - 81 இதனைக் கட்டி முடித்தனர். புயல், வெள்ளம், நிலநடுக்கம் உள்ளிட்ட இயற்கைச் சீற்றங்களால் பெரும்பகுதி பாதிக்கப்பட்டாலும் அதன் மீதங்கள் கலாசாரத்தின் சாட்சியாக நிற்கின்றன. முட்டை வடிவிலுள்ள கொலோசியத்தின் நீளம் 620 அடி, அகலம் 513 அடி மற்றும் உயரம் 157 அடி ஆகும். மூன்று தளங்களிலும் 80 வளைவுகள் இருக்கும். உட்புறத்தில் 2 இடைவழி நடைக்கூடங்களும் அவற்றி லிருந்து மேல் தளங்களுக்குச் செல்ல படிக்கட்டுகளும் உள்ளன. ஒவ்வொரு தளத்திலும் மன்னர், செனேட்டர்கள், முக்கிய விருந்தினர்கள், அதிகாரிகள் ஆகியோர் தனித்தனியாக அமர்வதற்கான சலவைக் கற்களாலான மேடைகளும், இருக்கைகளும் போடப் பட்டிருக்கும். கொலோசியத்தின் மேற்பகுதியில் கேலரி எனப்படும் படிவரிசை அடிமைகளுக்காக ஒதுக்கப்பட்டிருந்தது. இதனைச் சுற்றி புல்வெளியும், கால்ஷியம் கார்பொனேட்டாலான நடைபாதையும் உண்டு. மொத்தம் 50,000 நபர்கள் அமரும் வசதியுள்ள இந்த 2000 ஆண்டு

கொலோசியம் வரலாற்று ஆய்வாளர்களை இன்றும் வியக்க வைக்கும் வடிவமைப்பாகும்.

கிளாடியேட்டர்கள் எனப்படும் அடிமைகளுக்கு இடையேயும், கிளாடியேட்டர்களுக்கும் விலங்குகளுக்கும் இடையேயும் ரத்த ஆறு ஓடும் ஆக்ரோஷமான சண்டைகள் இங்கு பிரசித்தம். விலங்கோ, அடிமையோ செத்து வீழ்வதை அரங்கமே ஆர்ப்பரித்து ரசிக்கும். சாகச விளையாட்டுகள் நடைபெறும் மைதானத்துக்கும், அரங்கின் உள்ளே இருக்கைகளில் அமர்ந்து ரசிப்பவர்களுக்கும் இடையே பெரிய அகழி வெட்டப்பட்டிருக்கும். மிருகங்கள் திடீரென அரங்கிலிருப்பவர்கள் மீது பாய்வதைத் தடுக்கவே இந்த ஏற்பாடு. கிளாடியேட்டர்களுடான சண்டைகள் கிபி 404 லும், மிருகங்களுக்கு இடையேயான சண்டைகள் கிபி 523 லும் தடை செய்யப்பட்டன.

குளியலறைகள், நீச்சல் குளங்கள்

பொதுக் குளியலறைகள் ரோமானியப் பண்பாட்டில் ஓர் அங்கமாகவே விளங்குகின்றன. கிமு 4 இல் சுமார் 952 பொதுக் குளியறைகள் இருந்தன. மன்னர் காரகாலா ஆட்சியின் போது கிபி 217 இல் கட்டப் பட்ட பிரமாண்ட பொதுக் குளியலறையில் ஒரே நேரத்தில் 1600 நபர்கள் குளிக்கலாம் (தண்ணீர் மற்றும் வெந்நீர்), நீச்சலடிக்கலாம், உடற் பயிற்சி செய்யலாம். ஓய்வெடுக்கத் தங்கும் அறைகளும், படிப்பதற்கு நூலகமும் இருந்தன. 21ம் நூற்றாண்டிலும் பெரும்பாலானோருக்குக் கழிப்பறை வசதியற்ற சூழலில், ஈராயிரம் ஆண்டுகளுக்கு முன்பே ஏழை, எளியோர்களுக்கு ரோமாபுரி அரசாங்கம் பொது இடங்களில் கழிப்பறைகளையும் குளியலறைகளையும் நீச்சல் குளங்களையும் கட்டியிருப்பது ஆச்சரியமான விஷயமே.

அலங்கார வளைவுகள்

ரோமாபுரியின் ஆளுநர்களை எதிர்த்துப் புரட்சி செய்த யூத குருமார் களைக் கொன்று குவித்து ஜெருசலத்தைத் தீயிட்டுக் கொளுத்தியதுடன், அங்கிருந்த கோயில்களிலிருந்து கொள்ளை அடிக்கப்பட்ட விலைமதிப்பற்ற செல்வங்கள் ரோமாபுரிக்குக் கொண்டு வரப்பட்டன. இதனைக் கொண்டாடவும், போற்றிப் பாராட்டவும், ரோமன் ஃபோரம் அருகே கிபி 81 இல் நிறுவப்பட்ட வளைவுதான் ஆர்க் ஆஃப் டைடஸ். ரோமாபுரியின் சக்கரவர்த்தியாக முடிசூட்டிக் கொண்ட கான்ஸ்டண்டைன் நினைவாக கிபி 312 இல் எழுப்பப்பட்ட மற்றொரு வளைவு கொலோசியம் அருகேயுள்ள ஆர்க் ஆஃப் கான்ஸ்டண்டைன்.

தூண்கள், பலி பீடங்கள்

பிரம்மாண்ட கட்டுமானத்தைத் தாங்குவதற்காக நிறுவப்பட்ட முக்கியத் தூண்கள் டோரிக், ஐயோனிக், கோரிந்தியன் என மூன்று வகைப்படும். இவை கிரேக்க மாதிரிகள் என்றாலும், ரோமானியர்கள் இவற்றுடன் டுஸ்கன், ட்ரஜன் ஆகிய இரு வகைகளான தூண்களைச் சேர்த்து ஐந்து வகையான தூண்களைக் கட்டுமானங்களுக்குப் பயன் படுத்தினர். ரோமானிய சக்கரவத்தி அகஸ்டஸ் கிமு 13 - 9 இல் மேற்கண்ட ஐந்து வகைத் தூண்களுடன் நிறுவிய ‘ஆல்டார் ஆஃப் அகஸ்டன் பீஸ்’ அமைதிக்கும், சமாதானத்துக்குமான பீடமாகக் கருதப்படுகிறது.

சிற்பங்கள், ஓவியங்கள்

ரோம், கேபிடோக்லியோவில், குதிரை மீது அமர்ந்தவாறு கிபி 175 இல் வெண்கலத்தில் வடிக்கப்பட்ட ரோமானிய சக்கரவர்த்தி மார்கஸ் அரேலியஸ் சிலைதான் இன்றைக்கும் பல வரலாற்று வீரர்கள் குதிரை மீது அமர்ந்தவாறு சிலை வடிக்க முன் மாதிரியாக இருக்கிறது. தங்கத்திலும், வெள்ளியிலும் உருவாக்கப்பட்ட பல சிலைகள் அந்நியர் படையெடுப்பின்போது கொள்ளையடிக்கப்பட்டன. இன்னும் சில சமூக விரோதிகளால் நகைகளுக்காகவும், காதணிகளுக்காகவும், வளையல்களுக்காகவும் உடைத்து உருக்கப்பட்டன.

ரோமானிய ஓவியங்களுள் சுவர் ஓவியங்கள் முக்கியப் பங்களிக் கின்றன. வெவுவியஸ் என்னும் எரிமலை கிபி 79 இல் வெடித்துச் சிதறியதைத் தொடர்ந்து பாம்பை உள்ளிட்ட பல நகரங்கள் பூமிக்குள் புதைய, அவற்றுடன் புகழ்மிக்க பாம்பை நகரச் சுவர் ஓவியங்களும் மண்ணோடு மண்ணாகப் போயின.

சிதைந்த நிலையில் கிபி 215 இல் தீட்டப்பட்ட பண்டைய ரோமானிய ஓவியம் ஒன்று அதன் பாரம்பரியக் கீர்த்தியை வெளிப்படுத்தும் வகையில் இன்றைக்கும் சான்றாகத் திகழ்கிறது. பல மன்னர்களின் ஓவியங்கள் மறைந்த நிலையில், மாமன்னர் கான்ஸ்டண்டைனின் உருவம் கொண்ட சில ஓவியங்கள் மட்டும் கால வெள்ளத்தில் தப்பி இன்னும் இருப்பது அதிசயமே. அந்தக் காலப் பண்பாட்டின்படி உடலை அடக்கம் செய்யும்போது, இறந்தவர்களின் உருவத்தைத் தீட்டி அந்தப் படத்தைச் சவப் பெட்டியின் முன்னே குடும்ப உறுப்பினர்கள் சுமந்து வருவார்கள். இந்தப் பழக்கம் காரணமாகவே இறந்த பிரபலங் களின் சிலைகளும் ஓவியங்களும் ரோமாபுரியின் முக்கிய வீதிகளை அலங்கரித்தன. இக்காலம் போல் அப்போதும் மன்னர்கள் தங்களை

இளமையாகக் காட்டிக்கொள்ளவே ஆசைப்பட்டுள்ளனர். மன்னர் அகஸ்டஸ் கிபி 14 இல் தமது 76 ஆவது வயதில் இறந்தபோது அவரது இளமைக் கால ஓவியங்களே சவப் பெட்டியின் முன் ஊர்வலமாகச் சுமந்து செல்லப்பட்டன. ரோமாபுரியின் முக்கியத் தெருக்களிலும் அவரது இளமைக் கால தோற்றம் கொண்ட சிலைகளே நிறுவப் பட்டன.

அதிகாரப் போட்டி

அன்றைய ரோமாபுரி சாம்ராஜ்ஜியம் ஒரே குடையின் கீழ் ஒன்றிணைந்த அரசியல் அமைப்பாக இல்லை. பல்வேறு மொழிகள், பண்பாடுகள், பாரம்பரியங்கள், சட்டங்கள் கொண்ட நாடுகளாக, ஒன்றுடன் ஒன்று முரணாக உலகம் முழுவதும் பரவிக் கிடந்தன. இவற்றை நிர்வகிக்க ரோமாபுரியிலிருந்துதான் ஒவ்வொரு நாட்டுக்கும் அதிகாரிகள் அனுப்பி வைக்கப்பட்டனர். இவர்களின் முக்கியப் பணி வரி வசூல். அதிகாரம், செல்வாக்கு, ஆகியவற்றுடன் யார் அதிகப் பணத்தை லஞ்சமாகத் தருகிறார்களோ அவர்களே ஆளுநர்களாகவும் நியமிக்கப் பட்டனர். பதவிகளைக் கைப்பற்றக் கொடுத்த லஞ்சப் பணத்தைத் திரும்ப வரியாக எடுப்பதில் அதிகாரத்தில் இருந்தவர்கள் முனைப்புடன் இருந்தனர். வசதி படைத்தவர்களிடம் ஒரு விதமாகவும், வசதியற்ற ஏழைகளிடம் வேறு விதமாகவும் வரி வசூலிக்கப்பட்டது. பணக்காரர் களுக்கு உதவும் பொருட்டு அவர்களுக்கு வரி விலக்குகளும், சலுகைகளும் அளிக்கப்பட்டன. எனவே அதிகமான வரி வசூல் கிடைக்கும் நாடுகளின் நிர்வாகப் பொறுப்பை ஏற்க ரோமானிய அதிகாரிகளிடம் பலத்த போட்டி நிலவியதில் வியப்பேதுமில்லை.

ரோமாபுரியைப் பொருத்தவரை வெற்றி என்பது முன்னரே முடிவாகிப் போன விஷயம் என்பதால் வெற்றிக்குப் பரிசாகக் கிடைக்கவிருக்கும் பதவிகளும் பண முடிப்புகளுமே முக்கியப் பங்களித்தன. போரில் வெற்றிபெற்று நாடு திரும்பும் தளபதிக்கு ரோமாபுரியே அணி திரண்டு வரவேற்பளிக்கும். கொண்டாட்டங்களுடன் ஊரே திருவிழாக் கோலம் பூண்டிருக்கும். சீறிப் பாயும் கொடிய விலங்குகளுடன் அடிமைகளை மோத விடும் விளையாட்டுகள் விழாவில் இடம்பெறுவது சர்வ சாதாரணம். குற்றுயிரும் குலையுயிருமாகச் சாகும் அடிமைகளைப் பார்த்து கூட்டம் குதூகலிக்கும். அரசருடனான நெருக்கம் அதிக மாவதால் உள்நாட்டில் செல்வாக்கும் பெருகும், நிர்வாகப் பொறுப்பும் கிடைக்கும். இதன் காரணமாகவே அண்டை நாடு அல்லது வேறு இனத்துடன் போர் தொடுக்க வசதியாகப் படைத் தளபதி பொறுப்பை ஏற்க ராணுவ அதிகாரிகளிடையே கடுமையான போட்டி நிலவியது.

ஹனிபாலுடனான போரில் ஏற்பட்ட படுதோல்வியைத் தொடர்ந்து நீண்ட அனுபவம் மற்றும் தகுதி வாய்ந்தவர்கள் மட்டுமே இனி செனேட் உறுப்பினர்களாக நியமிக்கப்பட வேண்டுமென ஒரு மனதாகத் தீர்மானித்தனர். கிமு 201 இல் போர் முடிவுக்கு வந்தபோது பல செனேட் உறுப்பினர்கள் உயர் பதவிகளுக்காக வழக்கம்போல் பதவிச் சண்டையில் ஈடுபட்டனர். அவர்களுள் மார்கஸ் போர்ஷியஸ் கேடோ குறிப்பிடத்தக்கவர்.

பாரம்பரியப் பெருமைகளைக் கொண்ட ரோமாபுரியின் செனேட் கூட்டம் காரசார விவாதங்களுடன் நடைபெற்றுக் கொண்டிருந்தது. செனேட் உறுப்பினர்களுள் மூத்தவராகிய மார்கஸ் போர்ஷியஸ் கேடோ திடீரென உள்ளே நுழைந்தார். அவையில் கூடியிருந்த பெரும் பாலான உறுப்பினர்கள் பிறப்பதற்கு முன்பே மார்க்ஸ் போர்ஷியஸ் செனேட் உறுப்பினராக இருந்துள்ளார் என்பதே அவரது வயதுக்கும் அனுபவத்துக்கும் சான்று. ரோமாபுரியின் அனைத்து உயர் பதவி களையும் அலங்கரித்தவர். கார்த்தஜீனிய சர்வாதிகாரி ஹனிபாலுடன் போர் புரிந்த வீரர்களுள் உயிருடன் இருந்தவர் இவர் ஒருவரே என்பதால் மூத்தவரான இவரது பேச்சுக்கு எப்போதுமே செனேட்டில் தனி மரியாதையும் மதிப்பும் உண்டு.

மேற்கு ஸ்பெயின் நாட்டின் முன்னாள் ஆளுநர் செர்வியஸ் சல்பிஷியஸ் கல்ஃபா ஆட்சிக் காலத்தில் ஊழல்களில் ஈடுபட்டது பற்றி விசாரிக்க சிறப்பு நீதிமன்றம் அமைப்பது குறித்த விவாதங்களுக்காக கிமு 149 இல் செனேட் கூடியது. மார்கஸ் போர்ஷியஸ் கேடோ மூத்த உறுப்பினர் என்பதுடன் அப்பழுக்கற்றவர், நேர்மையானவர் என்பதால் ஊழல் செய்தவர்களை விசாரிக்க சிறப்பு நீதிமன்றத்தின் அவசியத்தை வலியுறுத்திப் பேசினார். நீண்ட வாத, விவாதங்களுக்குப் பிறகு செனேட் உறுப்பினர்கள் சிறப்பு நீதிமன்றம் அமைக்க ஒருமனதாகச் சம்மதித்தனர். இறுதி முடிவெடுக்க மேலிடத்துக்குப் பரிந்துரை அனுப் பப்படும் நிலையில், தன் மீது நடவடிக்கை எடுத்தால் குழந்தைகளின் எதிர்காலம் கடுமையாகப் பாதிக்கப்படும் என்று கல்பா நீலிக் கண்ணீர் வடித்தார். எனவே குழந்தைகளின் எதிர்காலத்தைக் கருத்தில் கொண்டு சிறப்பு நீதிமன்றத்தை அமைப்பதற்கான பரிந்துரை தள்ளுபடி யானாலும், சாதாரண நீதிமன்றம் முன்பு கல்பா விசாரணைக்கு ஆஜராக வேண்டும் என்று உத்தரவானது.

கார்த்தஜீனியத்தின் அழிவையோ, கல்ஃபா மீதான விசாரணையின் முடிவையோ அறிந்துகொள்ள கேடோ நீண்ட நாள் உயிருடன் இருக்க வில்லை. நீதிமன்றம் அமைக்கப்பட்ட அதே ஆண்டு தனது 85 ஆவது வயதில் மரணத்தைத் தழுவினார். கேடோவுடன் அரசியலில் ஈடுபட்ட பல நண்பர்களும் எதிரிகளும் முகவரியின்றிக் காணாமல் போக இவர்

மட்டுமே நீடித்த ஆயுளுடனும், சகல மரியாதைகளுடனும் இயற்கை மரணத்தைத் தழுவினார். கிமு 147 இல் கேடோ விரும்பியபடி ரோமானிய தளபதி ஸிபியோ அமிலியேனஸ் கார்த்தஜீனியத்தைக் கைப்பற்றியதுடன் அந்நகரைத் தீக்கிரையாக்கி அழித்தார்.

ஆனால் அடுத்த பத்தாண்டுகளில் அதாவது கிமு 133 இல் ரோமாபுரி முதல் முறையாக உள்நாட்டு அரசியல் கலவரங்களில் சிக்கிக் கொண்டது. அடுத்த நூறாண்டுகள் வரை நீடித்த சச்சரவு காரணமாக ரோமாபுரியின் குடியரசு அமைப்புமுறை முற்றிலுமாக மறைந்து மன்னர் ஆட்சி நடைமுறைக்கு வந்தது. ரோமானிய ஆட்சி நிர்வாகத்தில் நிகழ்ந்த மிகப் பெரிய மாற்றங்கள் புரட்சிக்கு வழிவகுத்தன. ஆனால் இந்தப் புரட்சி அமைதியாக எந்தவிதமான பரபரப்புமின்றி நடைபெற்றது. கிமு 218-201 வரை நடைபெற்ற ஹனிபால் போரில் ரோம் படுதோல்வி அடைந்தது. இதனைத் தொடர்ந்து மூத்த செனேட் உறுப்பினரான மார்கஸ் ஃபேபியஸ் ப்யூடியோ தலைமையில் செல்வாக்கு இழந்த செனேட் மீண்டும் சீரமைக்கப்பட்டது. மன்னர், செனேட் அந்தஸ்து பெற்றவர்கள், ராணுவத் தளபதிகள், வசதி படைத்தவர்கள் ஆகியோரின் குடும்பங்களைச் சேர்ந்தவர்கள் இடம் பெறும் வகையில் 117 உறுப்பினர்கள் அடங்கிய செனேட் குழு எண்ணிக்கை 300 ஆக அதிகரிக்கப்பட்டது.

கிமு 133 இல் டிரிப்யூனாகத் தேர்ந்தெடுக்கப்பட்ட டைபீரியஸ் விவசாயிகளுக்கு உதவும் வகையில் பல்வேறு நாடுகளின் மீதான படையெடுப்பில் வெற்றி பெற்று, கையகப்படுத்திய நிலங்களை ஏழைகளுக்கும் உழுபவர்களுக்கும் பிரித்துக் கொடுக்கச் சட்டம் இயற்றினார். நில உச்ச வரம்புச் சட்டத்தை அமல்படுத்தி பறிமுதல் செய்த இடங்களையும் விவசாயிகளுக்கு வழங்கினார். டைபீரியஸ் மறைவைத் தொடர்ந்து அவரது சகோதரர் கயஸ் கிமு 123 இல் டிரிப்யூனாகப் பொறுப்பேற்றார். செனேட் உறுப்பினர்களின் அதிகாரத்தைக் குறைத்து இக்வெஸ்டேரியன் உறுப்பினர்களுக்குக் கூடுதல் முக்கியத்துவம் அளித்தார். தானியங்களைச் சேமிக்க ஆங்காங்கே பிரம்மாண்ட குதிர்களை நிறுவியதுடன், அரசு நிர்ணயித்த குறைந்த விலையில் குடிமக்களுக்கு உணவு தானியங்களை வழங்கினார். 17 வயது நிரம்பிய அனைவருக்கும் மூன்றாண்டு ராணுவப் பயிற்சி கட்டாயம் என்ற உத்தரவையும் பிறப்பித்தார்.

கிமு 122 இல் கார்த்தஜினியர்களை வெற்றி கொண்டதன் அடையாளமாக ஒரு பகுதிக்கு ரோமானியக் கடவுளான ஜூனோவின் நினைவாக ஜூனோனியா என்று பெயர் வைக்க கயஸ் எண்ணினார். அங்கு செல்வதற்கு முன்பாகத் தனது டிரிப்யூன் பதவியை ராஜிநாமா செய்ய அவர் முடிவெடுத்ததுதான் தவறாகிப் போனது. டிரிப்யூன் பொறுப்பில்

இருப்பவர்கள் நாள் முழுவதும் மக்கள் சேவையில் தங்களை ஈடுபடுத்திக் கொள்ளவேண்டும் என்பதால் அதிகபட்சம் 24 மணி நேரத்துக்கு மேல் ரோமாபுரிக்கு வெளியே தங்கக்கூடாது என்பது சட்டம். திரும்பி வர குறைந்தபட்சம் 70 நாள்கள் ஆகும் என்பதால் கயஸ் ராஜிநாமா முடிவை எடுத்தது சட்டப்படி சரி என்றாலும், இந்தச் செய்கை அவரது அரசியல் எதிர்காலத்தையே கேள்விக்குறியாக்கி விட்டது. எப்போது கயஸை வீழ்த்தலாம் என்று காத்துக் கொண்டிருந்த அரசியல் எதிரிகளுக்கு அவரது ராஜிநாமா எதிர்பாராத மகிழ்ச்சியை அளித்தது. ஊரிலிருந்து திரும்பி வந்த பிறகு மீண்டும் டிரிப்யூன் பதவிக்குப் போட்டியிட்டார். ஊரில் இல்லாத சமயத்தில் அவர் மீது பல குற்றச்சாட்டுகளும், அவதூறுகளும் பரப்பி விடப்பட்டன. இடைப் பட்ட காலத்தில் எதிரிகளின் தவறான பிரசாரங்கள் காரணமாக கயஸ் படுதோல்வியைத் தழுவினார்.

பதவியை ராஜிநாமா செய்துவிட்டு ஊரை விட்டு வெளியே சென்றிருந்த சூழலில் கயஸ் அறிமுகப்படுத்திய பல்வேறு நலத் திட்டங்களை செனேட் ஆதரவுடன் அவரது அரசியல் எதிரிகளுள் ஒருவரான லூஷியஸ் ஓபிமியஸ் ரத்து செய்தார். மக்கள் நலனுக்குப் புறம்பாகச் செயல்பட்டதுடன், தனது பதவிக் காலத்தில் மக்கள் பணத்தைக் கொள்ளையடித்து ஊழலில் ஈடுபட்டார் என்று கயஸ் மீது குற்றம் சுமத்தி அவரைக் கைது செய்யவும் ஆணையிட்டார். கைது செய்யப்பட்டால் தனது முடிவு கோரமாக இருக்கும் என்பதை உணர்ந்துகொண்ட கயஸ் ஓர் அடிமை மூலம் தன் உயிரை மாய்த்துக் கொண்டார். இதனைத் தொடர்ந்து ஏற்பட்ட கலவரத்தில் 3000க்கும் அதிகமான அவரது ஆதரவாளர்கள் கைது செய்யப்பட்டுத் தூக்கிலிடப் பட்டனர். டைபீரியஸ் மற்றும் கயஸ் இறப்புகள் ரோமானியக் குடியரசில் மிகப் பெரிய மாற்றங்களுக்கு வழிவகுத்தன.

2

மேரியஸும் சுல்லாவும்

டைபீரியஸும் கயஸும் காலமானதைத் தொடர்ந்து ரோமானியக் குடியரசு தனது செல்வாக்கை இழந்து சரிந்தது. வீழ்ந்த ரோமானிய சாம்ராஜ்ஜியத்தைத் தூக்கி நிறுத்தப் பொறுப்புக்கு வந்தவர்களுள் கேயஸ் மேரியஸ் (கிமு 157-86), லூசியஸ் கோர்னீலியஸ் சுல்லா (கிமு 138-78) மற்றும் ஜூலியஸ் சீசர் (கிமு 100-44) ஆகியோர் முக்கிய மானவர்கள்.

ரோமாபுரியைப் பரம்பரை பரம்பரையாக நிர்வகித்த பெருமை நோபிள் என்ற பிரிவினரையே சேரும். தொடர்ந்து பல ஆண்டுகள் செனேட் உறுப்பினர்களாக இருப்பவர்களே ப்ரிடோர்ஷிப் மற்றும் கவுன்சல்ஷிப் உள்ளிட்ட பதவிகளுக்குத் தேர்ந்தெடுக்கும் தகுதி பெற்றவர்கள். கிமு 3 மற்றும் 4 ஆம் நூற்றாண்டுகளில் ஒவ்வொரு தலைமுறையிலும் மிகச் சிறந்த மற்றும் திறமை பெற்ற ஒரு சிலர் மட்டுமே மிக உயரிய ராணுவ மற்றும் அரசியல் பதவிகளில் அமர்ந்து நாட்டை நிர்வகித்து வந்தனர். உதாரணத்துக்கு வெலேரியஸ் கார்வஸ் என்பவர் கிமு 348 முதல் கிமு 299 வரை கவுன்சல் மற்றும் சர்வாதிகாரியாக 21 முறையும், பேபியஸ் கர்சர் என்பவர் கிமு 340 முதல் கிமு 309 வரை பலவேறு உயர் பொறுப்புகளையும் தொடர்ந்து வகித்துள்ளார். குறிப்பிட்ட ஒரு சில குடும்பங்களே சுழற்சி முறையில் மாறி மாறி ரோமாபுரியின் அதிகாரத்தையும், நிர்வாகத்தையும் தங்களுக்குள் பகிர்ந்து கொண்டு நிர்வகித்தனர். வெளியே அரசியல் ரீதியாக பரஸ்பரம் ஒருவர் மீது ஒருவர் குற்றம் சுமத்திக் கொண்டிருந்தாலும், உள்ளுக்குள்

சம்பந்தப்பட்ட தங்கள் குடும்பத்தினரைத் தவிர்த்து வேறு எவரும் அதிகாரப் போட்டியில் களமிறங்காமல் ரகசியமாகக் கூட்டணி அமைத்துச் செயல்பட்டனர். ஆனால் இந்நிலை நீண்ட காலம் நீடிக்கவில்லை.

கார்த்தஜீனியர்களின் படுதோல்வியைத் தொடர்ந்து ரோமானிய சாம்ராஜ்ஜியம் பிரம்மாண்டமாகப் பரந்து விரிந்தது. பழையன கழிதலும், புதியன புகுதலும் என்பதுபோல் புதியவர்களுக்குப் பல பொறுப்புகளும், பெருமைகளும் பெற வாய்ப்புகள் பெருகின. ஒரு சிலருக்கு மட்டுமே அதிகாரப் பொறுப்பு என்று அதுவரை நிலவிய சூழலுக்கு முற்றுப்புள்ளி வைக்கப்பட்டது. தகுதியும், திறமையும் கொண்ட எவரும் உயர் பதவிகளுக்கு வரலாம் என்ற அளவில் நிர்வாகத்தில் அதிரடி மாறுதல்கள் நிகழ்ந்தன. கார்த்தஜீனியர்களைத் தோற்கடித்தது தாங்கள்தான் என்றும், ரோமாபுரியை வழி நடத்துவதும் தாங்களே என்றும் மார்தட்டிக் கொண்டிருந்தவர்களின் அரசியல் மற்றும் ராணுவ அதிகாரங்கள் படிப்படியாகக் குறைக்கப்பட்டன.

ப்ரிடோர்ஷிப், கவுன்சல்ஷிப் மற்றும் மாஜிஸ்ட்ரேட்ஷிப் ஆகிய பதவிகளை ஒரே நேரத்தில், ஒருவரே பொறுப்பு வகிக்கத் தடை விதிக்கப்பட்டது. ஒவ்வொரு பதவியிலும் குறைந்தபட்சம் 3 ஆண்டுகள் அனுபவம் பெற்றவர்கள் மட்டுமே அடுத்தடுத்து பதவிகளை ஏற்க முடியுமெனச் சட்டத் திருத்தங்கள் கொண்டு வரப்பட்டன. செனேட் உறுப்பினராக குறைந்தபட்சத் தகுதியாக க்வெஸ்டர்ஷிப்பாக இருக்க வேண்டுமென்றும் அதற்கான வயது 28 என்றும், இதனைத் தொடர்ந்தே ப்ரிடோர்ஷிப், கவுன்சல்ஷிப் ஆகிய பதவிகளை வகிக்கமுடியும் என்றும் விதிகள் மாற்றி அமைக்கப்பட்டன. இந்தத் திருத்தங்கள் மூலம் ஒருவரே, ஒரே நேரத்தில் பல பதவிகளை வகிப்பது தடுக்கப்பட்டது.

புதிய சட்டம் காரணமாக ரோமானிய வரலாற்றில் இதுவரை இல்லாத வகையில், ஒரு சில குடும்பங்களுக்கு மட்டுமே உரித்தானவை என்று கருதப்பட்ட பல பதவிகள், 200க்கும் அதிகமானவர்களுக்குப் பரவலானது. எனவே நீண்ட அனுபவமும், ஆற்றலும் பெற்ற சிலருக்கு மட்டுமே விதிவிலக்காக, அதிகபட்சம் இரு கவுன்சல் பதவிகளை வகிக்கும் வாய்ப்புகள் கிடைத்தன. அத்தகைய வாய்ப்பு கிடைத்தவர்களுள் க்ளாடியஸ் மார்சிலஸ் மற்றும் மேரியஸ் ஆகியோர் குறிப்பிடத் தக்கவர்கள். இது புதிய சட்டத்தினால் விளைந்த நன்மையாகும்.

இனி புதிய சட்டத்தின் மறுபக்கத்தைப் பார்ப்போம். அனைவருக்கும், குறிப்பாக இளைஞர்களுக்கு, வாய்ப்பு வழங்கப்பட்டதன் மூலம் ஒரு சில குடும்பங்கள் மட்டுமே சுழற்சி முறையில் அனுபவித்த பதவிகள் விரிவடைந்தன என்பது மறுக்கமுடியாத உண்மையே. அதே சமயம்,

தகுதியற்றவர்களும் பதவிகளில் அமர்ந்தனர். இதனால் ரோமாபுரி அரசியல் மற்றும் ராணுவப் பிரிவுகளின் தலைமைப் பொறுப்புகளில் அனுபவசாலிகளும் திறமையானவர்களும் அரிதாகிப் போனார்கள். ரோமாபுரி தனது பாரம்பரியப் பெருமையையும், சிறப்பையும் கொஞ்சம் கொஞ்சமாக இழக்கத் தொடங்கியது.

நாட்டைச் சீராக நிர்வகிக்கவும், போர்க் காலங்களில் திறமையாகப் படைகளை வழிநடத்தவும் அனுபவமற்ற புதியவர்களே தலைமை தாங்கினர். போர் நடைபெற்றுக் கொண்டிருக்கும் போதே தளபதியின் பதவிக் காலம் முடிந்து போனதைக் காரணம் காட்டி பாதியிலேயே ஓய்வு அளித்த கூத்துகளும் அரங்கேறின. மொத்தத்தில் எந்தப் பதவிக்கும் எந்தத் தகுதியும் தேவையில்லை, யார் வேண்டுமானாலும் வரலாம் என்னும் அவலம் நிலவியது. இதனால் ரோமாபுரி பல போர்களில் தொடர்ச்சியாகத் தோல்வியைத் தழுவத் தொடங்கியது. உலகம் முழுவதும் தனது சிறகுகளை விரித்துப் பிரம்மாண்ட சாம் ராஜ்ஜியமாக விளங்கிய ரோமாபுரியின் எல்லைகள் காலப் போக்கில் சுருங்க ஆரம்பித்தன.

அனைத்துத் துறைகளிலும் ஊழல் தலைவிரித்தாடத் தொடங்கியது. நிர்வாகம் மற்றும் ராணுவப் பதவிகளுக்கு விலை நிர்ணயிக்கப்பட்டு அதிகப் பணம் தருபவர்களுக்கே பதவிகள் அளிக்கப்பட்டன. லத்தீன் மொழியைக் கற்பதுடன் ரோமானியக் கலாசாரத்தையும் ஏற்றுக் கொள்ளும் மற்ற நேச நாட்டினருக்கு ரோமானியக் குடியுரிமை வழங்கும் முறைக்குத் திடீரெனத் தடை விதிக்கப்பட்டது. ரோமாபுரி சாம்ராஜ்ஜியத்தில் அனைவரையும் அரவணைத்து இணைத்துக் கொண்டதன் மூலம் கார்த்தஜீனியத்துடனான போர்களில் தொடர்ந்து வெற்றியே கிடைத்து வந்தது. ஆனால் நேச நாட்டினருக்கு ரோமானியக் குடியுரிமை வழங்கும் முறை ரத்தானதால் அதன் ராணுவ பலம் குறைந்து தோல்விகள் தொடர்கதை ஆயின. அத்துடன் ரோமா புரிக்கும் அதன் நேச நாடுகளுக்கு இடையேயான நட்பில் விரிசல் ஏற்பட்டு நாளடைவில் முறிந்தும் போனது.

பணக்காரர்கள் வசதிகளை மேலும் பெருக்கிக் கொள்ள, ஏழைகள் நிலைமையோ இன்னும் மோசமானது. ரோமாபுரியின் பொருளாதாரம் முன்னெப்போதும் இல்லாத அளவுக்கு அதல பாதாளத்தில் வீழ்ந்தது. நிர்வாகச் சீர்கேடுகள், தொடர் தோல்விகள் ஆகியவை உள்நாட்டுக் கலவரங்களுக்கு வழிவகுத்தன. ரோமாபுரி சாம்ராஜ்ஜியத்தின் பாரம் பரியக் குடியுரிமை அமைப்பை மீட்டெடுக்கச் சமூகச் சீர்திருத்தவாதிகள் முடிந்தவரை தீவிர முனைவுகளை மேற்கொண்டனர். இவர்களுள் கிரேஷஸ், க்ளாடியஸ், க்ராசஸ், ம்யூசியஸ் ஆகியோர் முக்கிய மானவர்கள்.

குற்றங்களைக் குறைக்கச் சட்டங்களைக் கடுமையாக்கினர். துரோகிகளைத் தண்டிப்பது கடமை மட்டுமல்ல உரிமையும்கூட என்னும் வகையில் சட்டங்கள் திருத்தப்பட்டன. ரோமாபுரியின் படை பலமே அதன் பிரம்மாண்ட சாம்ராஜ்ஜியத்துக்கு அஸ்திவாரம் என்பதால் ராணுவ பலத்தை முதலில் அதிகரிக்க வேண்டுமெனத் திட்டமிட்டனர். அதிக எண்ணிக்கையில் இளைஞர்களை ஈர்க்க ராணுவத்தில் சேரும் ஏழைக் குடும்பங்களுக்கு அரசு நிலங்கள் இலவசமாக வழங்கப்பட்டன. அரசு கையிருப்பில் நிலங்கள் குறைவாக இருந்ததால் தனிநபருக்கான நில உச்சவரம்புச் சட்டம் மூலம் கூடுதல் நிலங்களைக் கையகப்படுத்தி ஏழைகளுக்கு விநியோகிக்கப்பட்டன.

டைபீரியஸ் அறிமுகப்படுத்திய இச்சட்டம் ராணுவத்தில் சேரும் இளைஞர்களை ஊக்குவிக்க உதவினாலும், பரம்பரைப் பரம்பரையாக நிலங்களை வைத்திருந்த நிலச்சுவாந்தார்களால் கடுமையான விமரிசனத்துக்கு உள்ளானது. பதவியையும் அதிகாரத்தையும் பயன்படுத்தி வளைத்துப் போட்ட நிலங்களை மூதாதையர்கள் பரம்பரைச் சொத்து என்று அவர்கள் சொல்லிக்கொண்டது விந்தைதான். ரோமாபுரியைச் சுரண்டியவர்கள் உப்பரிகைகளில் உல்லாசமாக வாழ, ஏர் முனையிலும், போர் முனையிலும் கடுமையாக உழைத்தவர்கள் தெருவில் நின்றனர். அரசியல் மற்றும் பொருளாதார மாற்றங்கள் ஒருபுறம் நடைபெற்றுக் கொண்டிருக்க, மறுபுறம் கிரேக்க இலக்கியம் மற்றும் தத்துவங்கள் ரோமாபுரியின் நடுத்தர மற்றும் உயர் நடுத்தர வகுப்பினரிடையே தாக்கத்தை ஏற்படுத்த ஆரம்பித்தன.

முன்பொருமுறை ஆப்பிரிக்க ஜுகுர்தா பிரிவுடன் நடைபெற்ற போரில் ரோமாபுரி தோல்வியைத் தழுவியது. இது குறித்த முழுமையான அறிக்கையைச் சமர்ப்பிக்க மேமிலியஸ் விசாரணை ஆணையத்தை அமைக்க உத்தரவிட்டார். இழந்த செல்வாக்கை மீட்டெடுத்து, மீண்டும் வெற்றிக் கனியைப் பறிக்க கிமு 109 இல் மெட்டலஸ் தலைமையில் பெரும் படை ஜுகுர்தாவை முற்றுகையிட்டது. மிகச் சிறந்த தளபதியான மெட்டலஸுக்கு உறுதுணையாக இருந்தவர்கள் சுல்லா மற்றும் மேரியஸ் ஆகியோர் ஆவர். மேரியஸின் எதிர்கால வளர்ச்சிக்கு ஜுகுர்தா பிரிவினருடன் நடைபெற்ற இந்தப் போரே முக்கியப் பங்களித்தது என்றாலும் மிகையில்லை. மெட்டலஸுக்கு உதவியாக மேரியஸ் இந்தப் போரில் பங்கேற்றாலும் இரண்டாம் இடம் வகிக்க அவர் மனம் ஒப்பவில்லை. என்றேனும் ஒரு நாள் ரோமாபுரி சாம்ராஜ்ஜியத்தில் தனது பெயர் காலம் கடந்து நீடித்து நிலைத்து நிற்க வேண்டுமென்ற விருப்பத்துடன் அப்போது முதற்கொண்டே திட்டமிட்டார். மேரியஸ் எண்ணியது போலவே பின்னாளில் அவர் பல தொடர் வெற்றிகளைக் குவிக்க, ரோமாபுரி

வரலாற்றில் முத்திரை பதித்த மனிதராகவே இன்றளவும் மதிக்கப் படுகிறார்.

ஜுகுர்த்தா பிரிவினருக்கு எதிராக மெடலஸுடன் இணைந்து மேரியஸ் கலந்து கொண்ட போர் முடிவுக்கு வராமல் கிமு 113 வரை நீண்டு கொண்டே போனது. இருப்பினும், மேரியஸ் போர் நடைபெற்றுக் கொண்டிருக்கும்போதே ஏடைல் பதவிக்குப் போட்டியிட்டார். க்வெஸ்டர் பதவிக்கு அடுத்த பதவி இது. இதற்கு அடுத்த உயர்ந்த பதவியாகக் கருதப்படும் கவுன்சல் பதவிக்குப் போட்டியிட உயர்குடிப் பிறப்புடன் வேறு சில சிறப்புத் தகுதிகளும் இருந்தால் மட்டுமே சாத்தியம் என்பதால் ஜூலி என்னும் மேல்தட்டு வகுப்பைச் சேர்ந்த பெண்ணை மேரியஸ் திருமணம் செய்து கொண்டார். போட்டியிலும் சுலபமாக வெற்றி பெற்றார்.

இதற்கிடையே செனேட் ஒப்புதலுடன் மேரியஸ் ரோமாபுரி திரும்புவது என்றும், மெடல்லஸ் மட்டும் ஆப்பிரிக்காவில் போரைத் தொடர்வது என்றும் முடிவானது. மேரியஸ் போர் வீரன் என்பதுடன் மிகச் சிறந்த நிர்வாகியும்கூட. எனவே நீண்ட காலமாக நடைபெற்றுக் கொண்டிருந்த ஆப்பிரிக்கப் போரை விரைவில் முடிவுக்குக் கொண்டு வந்ததில் அவருடைய பங்களிப்பை மறுப்பதற்கில்லை. நிர்வாகம் மற்றும் போர்களில் அபாரத் திறமை காரணமாக ஏழு முறை தொடர்ந்து செனேட் உறுப்பினராகப் பதவி வகித்த பெருமை மேரியஸுக்கு உண்டு. மேரியஸுக்கு இதில் உதவியாக இருந்தவர், உதவியாளரும், க்வெஸ்டரும், முக்கியமான மூவருள் இரண்டாமவருமான சுல்லா ஆகும்.

ரோமானிய நோபிள்களின் பாரம்பரியப் பெருமைகள் மேரியஸுக்கு இல்லை. ரோமாபுரியிலிருந்து 60 மைல் தொலைவிலுள்ள லேடியம் நகருக்கு அருகேயுள்ள ஆர்பினம் என்னும் கிராமத்தில் ஒரு ஏழை விவசாயி குடும்பத்தில் பிறந்தார். அவரது அரசியல் வளர்ச்சி பிரம்மாண்டம் என்றாலும் அது ஒரே நாளில் நிகழ்ந்ததல்ல. ஜூலியஸ் சீசரின் தாய் அரேலியாவின் சகோதரியை (ஜூலி) மேரியஸ் மணந்து கொண்டார். இவரது காலத்தில் அடிக்கடி நிகழ்ந்த சமூகப் போர் களுக்குத் தலைமை தாங்கி வெற்றி பெற்றது குறிப்பிடத்தக்கதாகும். அவரது தலைமுறை வீரர்களோடு ஒப்பிடுகையில் மேரியஸ் ஈடு இணையற்ற வீரராக விளங்கினார். கௌல் (இன்றைய ஃபிரான்ஸ்), ஜெர்மன், வடக்கு ஆப்பிரிக்க ஆதிவாசிகள் ஆகியோர்களுடனான போர்களில் வெற்றி வாகை சூடினார். ராணுவத்தில் சேரவும், பயிற்சி பெறவும் உயர் குடியில் பிறக்கவேண்டும் என்னும் விதியைத் தளர்த்தி, தகுதியுள்ள யாரும் சேரலாம் என்று மாற்றி அமைத்ததால் ரோமாபுரியின் ராணுவ பலம் இவரது காலத்தில் முன்பு எப்போதும்

இல்லாத அளவுக்குப் பன்மடங்கு அதிகரித்தது. நிர்வாகச் சீர்திருத்தங்களிலும், ராணுவ வீரர்களுக்கான பயிற்சிகளிலும் தன்னை முழுமையாக ஈடுபடுத்திக் கொண்டார். கிமு 2 ஆம் நூற்றாண்டில் ரோமாபுரியின் சமூகம், பொருளாதாரம் மற்றும் அரசியல் மாற்றங்களுக்கு இவரது பங்களிப்பு அளப்பரிது.

இன்றைக்கு துருக்கி என்றழைக்கப்படும் அன்றைய ஆசியா மைனர் பகுதியைச் சேர்ந்த பாண்டஸ் மன்னர் மித்ரிடேட்ஸ் தன்னை அலெக்ஸாண்டருக்கு இணையான வீரன் என்றும் தன்னை வெல்ல இனிமேல்தான் ஒருவன் பிறக்க வேண்டும் என்னும் இறுமாப்புடன் இருந்தான். இருப்பினும் ரோமாபுரியின் ராணுவ பலத்தையும், படைத் தளபதிகளின் வீரத்தையும் கண்டு அஞ்சி அந்நாட்டுடன் மட்டும் பகைத்துக் கொள்ளாமல் நட்பு பாராட்டினான்.

சுல்லா

காலப் போக்கில் மேரியஸ் உதவியாளராக இருந்த சுல்லாவுக்கு குருவுக்கு மிஞ்சிய சிஷ்யனாக வேண்டும் என்ற ஆசை பிறந்தது. மேரியஸை வீழ்த்தி முதலாம் இடத்திற்கு வர வேண்டும் என்று முடிவுடன் அவருக்கு எதிராகப் போர்க்கொடி தூக்கினார். ரோமாபுரி ஆட்சி அதிகாரம் பெற்ற உயர்குடியைச் சேர்ந்த சுல்லா மற்றும் உழைக்கும் பிரிவைச் சேர்ந்த மேரியஸ் என இரு இனத் தலைவர்களுக்கும் இடையே நடைபெற்ற போட்டியும், பொறாமையும் தீராப் பகையாக முற்றியது.

ஒரு கட்டத்தில் மித்ரிடேட்ஸ் பல்வேறு சலுகைகள் மற்றும் வசதிகளுடன் சுல்லாவைத் தனது தளபதியாக நியமிக்கத் திட்டமிட்டான். இதற்குக் காரணங்கள் இல்லாமல் இல்லை. சுல்லாவைத் தளபதியாக நியமிப்பதன் மூலம் ரோமாபுரியுடன் இணக்கமாக இருப்பது போலக் காட்டிக் கொள்ளலாம். முக்கியமான மற்றொன்று மேரியஸ் குறித்த அச்சம் இல்லாமலும் இருக்கலாம் என்பதுதான் மித்ரிடேட்ஸ் நோக்கம். ஆனால் தவிர்க்கமுடியாத சில காரணங்களால் சுல்லாவால் பொறுப்பை ஏற்க இயலவில்லை. ஆனால் தன்னை முன்னிலைப் படுத்திக்கொள்ள இந்த வாய்ப்பைப் பயன்படுத்திக் கொள்ள மேரியஸ் முடிவு செய்தார். பல்வேறு முயற்சிகளின் பயனாக சுல்லாவுக்குக் கிடைக்கவேண்டிய தளபதி பொறுப்பை மேரிஸ் தட்டிப் பறித்துக் கொண்டார். மேரியஸ் மற்றும் சுல்லா ஆகிய இருவரில் யாரேனும் ஒருவர் கூடவே இருப்பது தனக்குப் பாதுகாப்பு என்று எண்ணிய மித்ரிடேட்ஸ் சுல்லாவுக்குப் பதிலாக மேரியஸைத் தளபதியாக நியமிக்க ஒப்புக் கொண்டதில் ஆச்சரியம் ஏதுமில்லை.

அதிகார மோதல்

டிரிப்யூன்ஸ் எனப்படும் தூதர் குழு மூலம் தனக்குப் பதிலாக மேரியஸ் நியமிக்கப்பட்ட விவரத்தைத் தெரிந்துகொண்ட சுல்லா கோபத்தில் கொந்தளித்தார். எதிரி நாட்டுத் தூதர்களைச் சிறை பிடிப்பதோ கொல்வதோ கூடாது என்னும் மரபைக்கூட மறந்து ஆத்திரத்தில் அறிவிழந்த சுல்லா தன்னிடம் தகவல் சொல்ல வந்த தூதர்களைக் கொன்றார். இன்னும் கோபம் தணியாத நிலையில், தனக்கு எதிராகச் சதித் திட்டம் தீட்டிய ரோமானியர்களைத் தீர்த்துக்கட்டவும் படை வீரர்களுக்கு உத்தரவிட்டார்.

தனக்குச் சாதகமான செய்தியைச் சொன்ன தூதர்களை சுல்லா கொன்றதால் மேரியஸ் பதிலுக்குப் பழிவாங்கும் படலத்தைத் தொடங்கினார். சுல்லாவின் முக்கிய நண்பர்களாகக் கருதப்பட்டவர்கள் வெட்டிச் சாய்க்கப்பட்டனர். முக்கிய முடிவெடுக்கும் அதிகாரம் படைத்த செனேட் அமைப்பின் ஓர் அங்கமான பிரபுக்கள் சபை சுல்லாவுக்கு ஆதரவானதாகும். எனவே சுல்லாவின் நண்பர்களைக் கொன்றதுமல்லாமல் நகருக்குள் நுழையும்போது சுல்லாவைத் தீர்த்துக் கட்டவும் மேரியஸ் திட்டமிட்டார். இந்த விவரத்தைத் தெரிந்து கொண்ட பிரபுக்கள் ரோமாபுரிக்கு வந்தால் உயிருக்கு உத்தரவாதம் இல்லை என்று சுல்லாவுக்கு ரகசிய செய்தி அனுப்பினர். உயிரே போனாலும் பரவாயில்லை என்ற முடிவில் உறுதியாக இருந்த சுல்லா பிரபுக்களின் எச்சரிக்கையையும் மீறி ரோமாபுரிக்குள் படைகளுடன் நுழைந்தார்.

சுல்லாவின் படைகளைத் தடுத்து நிறுத்த வீட்டுக் கூரைகளின் மீதிருந்து மேரியஸ் ஆதரவாளர்கள் கற்களை வீசினர். கோபத்தில் பொங்கிக் கொண்டிருந்த சுல்லா கற்கள் எந்தெந்த வீடுகளில் இருந்து எறியப் பட்டனவோ அவற்றைக் கொளுத்தித் தீக்கிரையாக்க உத்தரவிட்டார். சுல்லா மற்றும் மேரியஸ் ஆகிய இரு நண்பர்களுக்கு இடையே ஏற்பட்ட அதிகார மோதல் காரணமாக செல்வச் செழிப்பான ரோமாபுரி நகரமே நெருப்புக்கு உணவானது. கோட்டைக் கதவுகளை உடைத்துக் கொண்டு சுல்லாவின் படைகள் ரோமாபுரிக்குள் முன்னேறின.

தோல்வியைத் தழுவிய மேரியஸ் உயிரைக் காப்பாற்றிக்கொள்ள நாட்டை விட்டு ஓடி ஒளிந்து கொண்டார். மேரியஸ் நண்பர்களும் ஆதரவாளர்களும் சுல்லாவின் படைகளால் கொன்று குவிக்கப் பட்டனர். சுல்லாவின் ஆணைக்கு இணங்க செனேட் உறுப்பினர்கள் அவசர முடிவெடுக்கக் கூடினர். பொது மக்களுக்கு எதிரானவர் என்றும், அமைதிக்குப் பங்கம் விளைவிப்பவர் என்றும் மேரியஸ் மீது அடுக்கடுக்காகக் குற்றச்சாட்டுகள் பதிவாயின. சதி செய்து ஆட்சியைக்

கவிழ்க்கத் திட்டமிட்ட ராஜ துரோகி என்று மேரியஸ் அறிவிக்கப் பட்டார். அவரை உயிருடனோ பிணமாகவோ கொண்டு வருபவர் களுக்குப் பரிசும் விருதும் வழங்கப்படும் என்று நாடு முழுவதும் தண்டோரா போடப்பட்டது.

மேரியஸ் உயிருக்கு விலை நிர்ணயிக்கப்பட்டதைத் தொடர்ந்து எதிரிகள் அவரை வலை வீசித் தேடத் தொடங்கினர். மேரியஸ், ரோமா புரியை விட்டு வெளியேறி நீண்ட தூரத்தில் உள்ள மத்தியதரைக் கடல் பகுதியை வந்தடைந்தார். எதிரிகளுக்குப் பயந்து ஒவ்வொரு இடமாக மாறி மாறி ஓடி ஒளிவதிலேயே அவரது காலம் போய்க் கொண்டிருந்தது. இளமை மறைந்து முதுமையின் ரேகைகள் படரத் தொடங்கின. ஆம், இப்போது மேரியஸுக்கு வயது எழுபது. இனிமேல் வேறெங்கும் ஓடமுடியாத சூழலில் சிதிலமடைந்த கார்த்தேஜ் பகுதியிலுள்ள ஒரு ஏழையின் குடிசையில் யாருக்கும் தெரியாமல் ஓர் அனாதையைப் போல் தஞ்சமடைந்தார்.

நீண்ட காலம் தேடியும் மேரியஸ் அகப்படாததால் அவர் இறந்து விட்டார் என்னும் முடிவுக்கு வந்தார் சுல்லா. இனிமேல் தனக்கோ, ஆட்சிக்கோ மேரியஸால் எந்த அச்சுறுத்தலும் இல்லை என்ற முடிவுடன் நிம்மதிப் பெருமூச்சு விட்டார். இப்போது அவரது இலக்கு தனக்குத் தளபதி பதவி தருவதாக ஆசை காட்டி மோசம் செய்த ஆசியா மைனர் பகுதியைச் சேர்ந்த பாண்டஸ் மன்னர் மித்ரிடேட்ஸ் மீதுதான். எனவே அவர்மீது போர் தொடுக்கப் பெரும் படையுடன் சுல்லா நாட்டை விட்டுக் கிளம்பினார்.

ரோமாபுரியுடன் சமாதானமாகப் போக நினைத்ததால் மித்ரிடேட்ஸை எளிதாக எடை போட வேண்டாம். அவரும் மிகச் சிறந்த போர் வீரன் என்பதில் ஐயமில்லை. எனவே மித்ரிடேட்ஸுடனான போரில் வெற்றி பெற்று உடனடியாக சுல்லா நாடு திரும்பும் சாத்தியக்கூறு இப்போதைக்கு இல்லை என்பதை ஒற்றர்கள் மூலம் உறுதிப்படுத்திக் கொண்ட மேரியஸ் தள்ளாத வயதிலும் பழி வாங்கத் துடித்தார். ரோமாபுரிக்குள் நுழைய இதுதான் தருணமென்று தன்னை இன்னா ரென்று அடையாளப்படுத்திக் கொண்டு, நண்பர்களையும், ஆதரவாளர் களையும், விசுவாசிகளையும் ஒன்று திரட்ட ஆரம்பித்தார். தான் ரோமா புரியில் இல்லாத நேரத்தில் மேரியஸ் நண்பர்களையும், ஆதரவாளர் களையும், சிதறிய படைகளையும், மீண்டும் அணி திரட்டுகிறார் என்ற செய்தி சுல்லாவுக்குக் கிடைத்தது.

ஏழைகளின் காவலன் என்ற பாராட்டும் அங்கீகாரமும் ஏற்கெனவே இருப்பதால் தனது குடியிருப்புப் பகுதியிலுள்ள அடிமைகளையும், பணியாளர்களையும், ஆட்சிக்கு எதிரான அதிருப்தியாளர்களையும்

ஒன்று திரட்டுவது மேரியஸுக்கு எளிதாகிப் போனது. ஓடு மீன் ஓட உறுமீன் வருமளவும் காத்திருக்கும் கொக்குபோல் நீண்ட காலம் பழி வாங்கும் உணர்வுடனும், மன உறுதியுடன் மேரியஸ் காத்திருந்தாலும், அவரது வயதும், உடலும் எதிர்பார்த்த அளவுக்கு ஒத்துழைக்கவில்லை. ரோமாபுரியின் சில விசுவாசமான செனேட் உறுப்பினர்கள் அவ்வப் போது சில தகவல்களைப் பரிமாறிக் கொண்டாலும் எந்தவித நிபந்தனைகளுக்கும் ஒப்புக்கொள்ள மறுத்துவிட்டனர். வேட்டையாட முடியாத கிழட்டுச் சிங்கம் என்றாலும் சீற்றம் குறையாத சிங்கமாக, உடல் உறுதி குறைந்தாலும் உள்ள உறுதி மங்காத மேரியஸ் மிகப் பெரிய படையுடன் ரோமாபுரி நோக்கி தனது நெடும் பயணத்தைத் தொடங்கினார்.

ரோமாபுரியை அடைந்த மேரியஸுக்கு அவரது ஆதரவாளர்களுடன் சேர்ந்து பொது மக்களும் சிறப்பான வரவேற்பை வழங்கினர். முதல் வேலையாக சுல்லாவுடன் சேர்ந்து கொண்டு தனது எதிராகச் சதி செய்த செனேட் உறுப்பினர் ஒருவரின் தலையை வெட்டி மக்கள் நடமாட்டம் அதிகமுள்ள பகுதியில் தொங்கவிட்டார். தன்னை எதிர்ப்பவர்களுக்கு, குறிப்பாக சுல்லாவின் ஆதரவாளர்களுக்கு இதுதான் கதி என்ற அச்சத்தை ஏற்படுத்தினார். தொடர்ந்து சுல்லாவின் ஆதரவாளர்கள் ஒருவரைக்கூட விட்டு வைக்காமல் தேடித் தேடிக் கொன்று குவிக்க உத்தரவிட்டார். குற்றச்சாட்டு, வழக்கு, நீதிமன்ற விசாரணை எதுவு மின்றிச் சுல்லாவுக்கு ஆதரவானவர்கள் என்ற ஒரே காரணத்துக்காக அனைவரும் சாகடிக்கப்பட்டனர். யார் மீதாவது கருணை காட்ட முடிவெடுத்தால் அந்தக் கருணை விசித்திரமான முறையில் காட்டப் பட்டது. சம்பந்தப்பட்டவர் எப்படி இருந்தாலும் சாகத்தான் வேண்டும் என்பதில் சந்தேகமேயில்லை. ஆனால் இறக்கும் முறையைத் தேர்ந் தெடுக்கும் உரிமை மட்டும் எதிரிக்குக் கிடைக்கும். அதாவது தூக்கில் தொங்க வேண்டுமா அல்லது டார்பியன் பாறை உச்சியிலிருந்து எலும்பு கூடக் கிடைக்காத அதள பாதாளத்திற்குக் கீழே உருட்டி விடப்பட வேண்டுமா என்பதைக் குற்றவாளியே முடிவு செய்து கொள்ளலாம். இதுதான் மேரியஸ் எதிரிகளுக்குக் காட்டிய விசித்திரமான கருணை!

டார்பியன் பாறை

முட்களும், கத்தி முனை போன்ற கூர்மையான கற்களும் நிறைந்த சுமார் 500 அடி உயரமுள்ள செங்குத்தான பாறையிலிருந்து குற்றவாளிகள் உருட்டித் தள்ளப்படுவது வழக்கம். கீழே விழும் வேகத்தில் உறுதியான மற்றும் கூரான பாறைகளில் தலைமோதி, சுக்கு நூறாக உடையும். இதைக் கருணை என்று கூறுவதுதான் கொடூரத்திலும் கொடூரம்.

இந்தப் பாறைக்கு டார்பியன் என்று பெயர் வர ஒரு பாரம்பரிய செவி வழிக் கதை உண்டு. ரோமானிய வரலாற்றில் பல்லாயிரம் ஆண்டு களுக்கு முன்பு டார்பியா என்ற பெண் வாழ்ந்து வந்தாள். ஒரு முறை அண்டை நாட்டு வீரர்கள் அந்தப் பெண் வாழ்ந்த கிராமத்தை முற்றுகையிட ஊர் எல்லையிலுள்ள மதில் கதவுகள் அருகே பெரும் படையுடன் குவிந்தனர். கத்தி, அம்பு, வில், வாள், கேடயத்துடன் ஒவ்வொரு வீரனின் கரங்களிலும் தங்கக் காப்புகள் ஜொலித்தன. அங்கே நின்றுகொண்டிருந்த கிராமத்துப் பெண்ணான டார்பியாவிடம் மதில் கதவுகளைத் திறந்து உள்ளே விடுமாறு வீரர்கள் உத்தரவிட்டனர்.

மொழிப் பிரச்னை காரணமாக டார்பியனுக்கு அவர்கள் பேசியது எதுவுமே விளங்கவில்லை. ஆனால் அவளைக் கவர்ந்தது வீரர்கள் கைகளில் ஜொலித்துக் கொண்டிருந்த தங்கக் காப்புகள்தான். 'கைகளில் இருப்பதைத் தருவதாக இருந்தால் சொன்னதைச் செய்கிறேன்' என்றாள். அவர்களும் ஒப்புக்கொள்ள கதவுகளைத் திறந்தாள். ஆனால் வீரர்கள் கைகளிலிருந்த தங்கக் காப்புகளைக் கொடுக்காமல், 'கைகளில் இருப்பதைத் தானே கேட்டாய் இந்தா எடுத்துக் கொள்' என்று டார்பியன் மீது கேடயங்களையும் ஈட்டிகளையும் எறிய, படுகாயங் களுடன் அங்கேயே விழுந்து உயிரிழந்தாள்.

ஒரு பாறைக்கு அருகே இந்தச் சோக நிகழ்வு நடைபெற்றதால் அநியாயமாகச் செத்த அந்தப் பெண்ணின் நினைவாக டார்பியன் பாறை என எல்லோரும் அதை அழைக்கத் தொடங்கினர். தங்கக் காப்புகளுக்கு ஆசைப்பட்டு உயிரிழந்ததால், தங்க நகைகளை அணிந்து கொண்டு டார்பியன் ஆவியாகப் பாறைகளிலும் குகைகளிலும் உலவிக் கொண்டி ருப்பதாக அப்பகுதி மக்கள் நம்பத் தொடங்கினர். இதைப் பொய் யென்று நிரூபிக்க அவளைத் தேடிக்கொண்டு பாறையின் உச்சிக்குச் சென்ற யாரும் இதுவரை உயிருடன் திரும்பியதில்லை என்றும் கூறுகிறார்கள். இதுதான் டார்பியன் பாறை கதையின் சாராம்சம்.

சுல்லாவின் ஆதரவாளர்கள் ஒருவரைக்கூட விட்டு வைக்காமல் மேரியஸ் படை அனைவரையும் கொன்று குவித்தது. சுல்லாவின் மனைவியும் குழந்தையும் உயிருடன் இருந்தால் பின்னாளில் ஆபத்து என்று நினைத்து அவர்களையும் தீர்த்துக் கட்ட வீரர்களை ஏவினார். ஆனால் எவ்வளவு முயன்றும் அவர்களைக் கண்டுபிடிக்க முடிய வில்லை. தன் கைகளாலேயே கொல்ல வேண்டுமென ஒரு சிலரின் பட்டியலை மேரியஸ் வைத்திருந்தார். ஆனால் மேரியஸ் கையால் சாவதைவிடத் தற்கொலை செய்து கொள்வதே மேல் என்ற முடிவுடன் தீ வைத்துக் கொண்டும் விஷம் குடித்தும் பலர் தற்கொலை செய்து கொண்டனர்.

சுல்லாவின் ஆதரவாளர்களை ஒழித்து ரோமாபுரியைத் தனது கட்டுப் பாட்டுக்குள் கொண்டு வந்தார் மேரியஸ். பழி வாங்கும் படலங்களைத் தொடர்ந்து ஏற்பட்ட கலவரம், ஆர்ப்பாட்டம் ஆகியவை சற்றே தணிந்து ரோமாபுரி இயல்பு நிலைமைக்குத் திரும்பிக் கொண்டிருந்தது. சுல்லாவுக்குப் பயந்து நாட்டைவிட்டு ஓடி ஒளிந்து பிச்சைக்காரனைப் போல் வாழ்ந்த மேரியஸ் வாழ்க்கையில் இப்படியொரு தலைகீழ் மாற்றம் ஏற்படும் என்று அவரேகூட நினைத்துப் பார்த்திருக்க மாட்டார். மித்ரிடேட்ஸுடனான போரில் தன்னை முழுமையாக ஈடுபடுத்திக் கொண்ட சுல்லா இன்னும் நாடு திரும்பாதது மேரியஸுக்கு வசதியாகிவிட்டது. தன்னைத் தேசத் துரோகியாக அறிவிக்க செனேட் உறுப்பினர்களைத் தூண்டியதற்குப் பழி வாங்கும் முகமாக சுல்லாவையும் தேசத் துரோகியாக அறிவிக்க அதே செனேட் உறுப்பினர்களை உசுப்பிவிட்டார். சுல்லா தலைமறைவாக உள்ள தேடப்படும் குற்றவாளியாக அறிவிக்கப்பட்டார். ரோமாபுரிக்குள் நுழையும் பட்சத்தில் அவரைக் கொல்லவும் ராணுவத்துக்கு உத்தர விடப்பட்டது.

மேரியஸ் மரணம்

ஆனால் சுல்லாவைப் பழிவாங்க மேரியஸ் தீட்டிய திட்டங்களை அமல்படுத்த அவரது உடல் ஆரோக்கியம் ஒத்துழைக்கவில்லை. எதிரிகளை ஒழித்த பின்னரும் அந்த மகிழ்ச்சியைத் தன்னால் கொண்டாட முடியவில்லை என்னும் வேதனை அவரை வாட்டியது. எங்கோ தொலை தூரத்தில் உயிருடனுள்ள சுல்லாவைக் கொன்றால் தான் தனது வெற்றி முழுமைபெறும் என்று நம்பினார். ஆனால் நாளாக நாளாக உடல்நிலை மோசமடைந்ததுதான் மிச்சம். ஒரு துரும்பைக்கூட அவரால் அசைக்க முடியவில்லை. சுல்லாவைச் சிறைப் பிடித்தது போலவும், தலையை வெட்டிக் கொன்றது போலவும் பிதற்றத் தொடங்கினார். அரண்மனை மருத்துவர்களும் கைவிரித்தனர். மெல்ல மெல்ல மேரியஸ் சுயநினைவை இழந்து மரணத்தைத் தழுவிக் கொண்டிருந்தார். சுல்லாவைக் கொல்ல வேண்டும் என்னும் கடைசி ஆசை நிறைவேறாமல், கிமு 86 ஜனவரி 13 ல் மேரியஸ் நாடித் துடிப்பு மெல்ல மெல்ல அடங்க உயிர் பிரிந்தது.

மேரியஸ் மகனின் பெயரும் மேரியஸ்தான். தந்தை விட்டுச் சென்ற அதிகாரத்தையும் ஆட்சியையும் தக்க வைத்துக்கொள்ளவே அவன் பெரும்பாடு பட வேண்டியிருந்தது. இதற்குள் மித்ரிடேட்ஸ் மீதான போரில் சுல்லா வெற்றி வாகை சூடி நீண்ட நாள் பழியைத் தீர்த்துக் கொண்டார். ஒரு வழியாகப் பல ஆண்டுகள் நடைபெற்ற போர் முடிவுக்கு வந்தது. மேரியஸ் இறந்த செய்தி கேட்டவுடன் உடனே நாடு

திரும்ப முடிவெடுத்தார் சுல்லா. பொது மக்கள் வழக்கம்போல் இரு பிரிவுகளாகப் பிரிந்து கிடந்தனர். அதிகாரப் பொறுப்பில் இருந்த பிரபுக்கள் சுல்லாவுக்கும், ஏழை எளிய பொது மக்கள் மேரியஸ் ஜூனியருக்கும் நேசக் கரம் நீட்டினர். கடல் அலை மேலெழும்பிக் கீழே இறங்குவதுபோல் மக்கள் ஆதரவளிக்கும் அரசியல் கட்சிகளின் செல்வாக்கு ஏறுவதும், இறங்குவதும் அன்று தொன்றுதொட்டு இன்று வரை மாறி மாறி நடைபெறும் வழக்கமான விஷயம்தான் என்பதை ரோமானிய வரலாறும் உணர்த்துகிறது.

தான் ரோமாபுரியை அடைவதற்குள் மேரியஸ் ஆதரவாளர் ஒருவர்கூட உயிருடன் இருக்கக் கூடாது, கண்ட இடத்திலேயே கொல்லவேண்டு மென்ற சுல்லாவின் ஆணையை அவரது வீரர்கள் கச்சிதமாகச் செய்து முடித்தனர். வீதியெங்கும் பிணக் குவியல், வீடுதோறும் அழுகுரல் என ரோமாபுரி குருதி வெள்ளத்தில் மீண்டும் சிவந்தது.

மேரியஸ் மற்றும் சுல்லா ஆகிய இருவருக்கும் இடையேயான அதிகாரப் பகையால் ரோமாபுரி உள்நாட்டுப் போரில் சிக்கித் தவித்தது. படைத் தளபதிகள், அமைச்சர்கள், பிரபுக்கள் ஆகியோரின் சுயநலமும், பதவி வெறியும், தேவையற்ற போரும், அமைதியாக வாழ்ந்து கொண்டிருந்த லட்சக்கணக்கான மக்களின் நிம்மதியைச் சீரழித்தது. மாறி மாறி நிகழ்ந்த போர்களால் ரோமாபுரியின் பொருளாதாரம் மோசமான நிலைக்கு இறங்கியது. பாடுபட்டு உழைத்த மக்களின்மீது கடும்வரி சுமத்தி கஜானாவை நிரப்பினார்கள். உற்பத்தி செய்த வேளாண் பொருள்களும் அரசு அதிகாரிகளால் அடிமாட்டு விலைக்குக் கொள்முதல் செய்யப்பட்டன அல்லது சூறையாடப்பட்டன. பொது மக்களைக் கசக்கிப் பிழிந்து வசூலிக்கப்பட்ட வரிப் பணத்தில் செனேட் உறுப்பினர்களும், பிரபுக்களும் தங்களுக்கான மாட மாளிகைகளையும், கூட கோபுரங்களையும், அரண்மனைகளையும் கட்டிக் கொண்டனர். ஆட்சியும் அதிகார பலமும் அவர்கள் கைகளில் இருந்ததால் கட்டாய வரி செலுத்துவதைத் தவிர ஏழை எளியவர்களுக்கு வேறு வழி தெரியவில்லை. வேளாண் பொருள்களுக்கு உரிய விலை கிடைக்காத தாலும், வரி செலுத்த வசதி இல்லாததாலும் பலர் தற்கொலை செய்து கொண்டனர். மொத்தத்தில் ரோமாபுரி தனது பாரம்பரிய பெருமையை இழந்து சீரழியத் தொடங்கியது.

3

மாவீரன் ஜூலியஸ் சீசர்

ரோமாபுரி என்றால் நமக்கு உடனே நினைவுக்கு வருபவர் ஜூலியஸ் சீசர்தான். ஜூலியஸ் சீசர் மிகச் சிறந்த பேச்சாளர், எழுத்தாளர், கவிஞர், சொற்பொழிவாளர், வீரர் என்பதுடன் வசீகரம் கொண்ட காளையும் கூட. பதவிக்காக எதை வேண்டுமானாலும் செய்ய பண்டைய ரோமாபுரி அனுமதி அளித்திருந்தது. நாகரிகம், அநாகரிகம், பாவம், புண்ணியம் என்று ஏதுமில்லை. சொந்த சகோதரியையே திருமணம் செய்து கொள்ளலாம், உடன் பிறந்த அண்ணன், நண்பரின் மனைவி என்று யாருடனும் இணையலாம்.ஓரினச் சேர்க்கைக்கும் தடையில்லை. அனைத்துக்கும் அன்றைக்கு ரோமாபுரியில் முழு சுதந்தரம் வழங்கப்பட்டிருந்தது. தொடக்கத்தில் ரோமானியர்கள் வாழ்க்கை முறை ஒருவனுக்கு ஒருத்தி என்ற கட்டுப்பாட்டுடன் இருந்த தென்றும், கிரேக்க நாகரிகத்தின் தாக்கம் ரோமாபுரியில் பரவிய காரணத்தினாலேயே அதன் கலாசாரம் சீரழிந்தது என்றும் சில வரலாற்று ஆசிரியர்கள் கூறுகின்றனர்.

சாதாரண குடிமகனுக்கே மேற்கூறிய எல்லா உரிமைகளும் உண்டெனில், சர்வ வல்லமை படைத்த ஜூலியஸ் சீசர் என்ன வெல்லாம் செய்திருப்பார் என்பது சொல்லித் தெரிய வேண்டி யதில்லை. பெண்கள் அனைவரையும் அவர் மனைவியாகவே பார்த்தார். திருமணமான பெண்களும்கூட அவரது அழகில் மயங்கினர். கூச்சமோ, நாகரிகமோ, வயது பேதமோ இன்றி எல்லாப் பெண் களையும் வலையில் வீழ்த்தினார். அரசு வழக்கறிஞர் செர்வியஸ்

மனைவி போஸ்தூமியா, கபினயஸ் மனைவி லோலியா, க்ராகஸ் மனைவி டெர்டுலா, கேடோவின் ஒன்றுவிட்ட சகோதரி செர்விலியா, பாம்பேவின் மனைவி ம்யூசியா என அவரது உறவினர்கள், நண்பர்கள், செனேட்டர்கள் இல்லத்தரசிகளுடன் சீஸருக்கு நெருக்கமான உறவுண்டு. கிமு 70 மற்றும் 60 களில் சீசர் அரசு மற்றும் மனுதாரர் சார்பாக நீதிமன்றத்தில் வழக்கறிஞராகத் தனது வாதத் திறமையை நிரூபித்தார். செனேட் மற்றும் பொதுக் கூட்டங்களில் கொள்கைகளை விளக்கிச் சொற்பொழிவாற்றும்போது மாறுபட்ட கருத்தைக் கொண்டவர்கள் கூட ஒரு கணம் அவரது பேச்சில் மயங்கி நின்றனர். சீசர் ஆற்றிய சொற்பொழிவுகளை மேற்கோள் காட்டி பலர் எழுதியதிலிருந்தே இந்த விவரங்கள் தெரிய வருகின்றன.

மற்றபடி நேரடிப் பதிவுகள் எதுவும் கிடைக்கவில்லை.

ஜூலியஸ் சீசர் பிறந்தார்

ஜூலியஸ் சீசர் பிறந்தது கிமு 100 அல்லது கிமு 102 ஜூலை (குவிண்டலஸ்) மாதம். தேதியில் குழப்பம் உள்ளது. 12 அல்லது 13 என்று சொல்லப்படுகிறது. ஜூலை 13 அப்போலோ தேவதைக்கு உகந்த நாள் என்பதால் அந்தத் தேதியில் வேறு எந்தக் கொண்டாட்டங்களும் ரோமாபுரியில் நடைபெறத் தடை விதிக்கப்பட்டு இருந்தது. எனவே சீசர் இறந்த பிறகு ஜூலை 12 அவரது அதிகாரப்பூர்வ பிறந்த தேதியாக அறிவிக்கப்பட்டது. ரோமானியக் குடும்பத்தில் குழந்தை பிறந்தவுடன் அதற்கு முதல் பெயர், பரம்பரை பெயர் மற்றும் குடும்பப் பெயர் என மூன்று பெயர்கள் வைக்கப்படும். ரோமானியர்கள் பாரம்பரிய நம்பிக்கைகளில் ஊறியவர்கள் என்பதால், தொன்மங்களிலும், அமானுஷ்ய நம்பிக்கைகளிலும் ஜூலியஸ் சீரின் பெற்றோருக்கும் நம்பிக்கை இருந்ததில் ஆச்சரியம் ஏதுமில்லை.

ஜூலியஸ் சீசரின் தாய்வழிப் பாட்டனார் லூஷியஸ் கவுன்சல் பதவி வகித்தவர். இவருக்கு ஜூலியா, ஆரேலியா உள்பட 3 குழந்தைகள். இவர்களுள் ஜூலியா என்பவரை மேரியஸ் திருமணம் செய்து கொண்டார். மற்றொரு மகளான ஆரேலியாவை கிமு 119 இல் கயஸ் சீசர் மணந்து கொண்டார். இவர்கள் இருவருக்கும் பிறந்த குழந்தைகள் தான் ஜூலியஸ் சீசர், ஜூலியா (மூத்தவர்) மற்றும் ஜூலியா (இளையவர்). ஒரே குடும்பத்தில் பிறக்கும் அக்காவுக்கும், தங்கைக்கும் ஒரே பெயரை மூத்தவர் என்றும், இளையவர் என்றும் வைக்கும் பழக்கம் அக்கால ரோமானியச் சமூகத்தில் நடைமுறையில் இருந்தது. கார்த்தஜீனியர்களுக்கும், ரோமானியர்களுக்கும் நடைபெற்ற முதல் ப்யூனிக் போரில் 'சீசர்' என்ற பெயரைக் கொண்ட படைவீரர் ஒருவர்

யானையைக் கொன்று தனது வீரத்தை நிலைநாட்டினார். எனவே அவரது நினைவாக அவரது தலைமுறையைச் சேர்ந்தவர்கள் தங்கள் குடும்பத்தில் பிறக்கும் ஓர் ஆணுக்கு சீசர் என்று பெயர் வைப்பது வழக்கம். சீசர் என்பது குடும்பப் பெயர் என்பதால் நமது கதாநாயகன் ஜூலியஸ் சீசரின் அப்பா பெயரிலும் சீசர் ஒட்டிக் கொண்டிருக்கும்.

சீசர் வாழ்ந்த காலம் கிமு 100 முதல் கிமு 44 வரை. சீசரைப் பற்றிய விவரங்கள் அவருடன் சமகாலத்தில் வாழ்ந்த மார்க்கஸ் டுல்லியஸ் சிசெரோ எழுதி வைத்த குறிப்புகளிலிருந்தும், நண்பரான அட்டிகஸுக்கும், சகோதரர் குவிண்டஸுக்கும் எழுதிக் குவித்த ஏராளமான கடிதங்களிலிருந்தும் நமக்குக் கிடைக்கின்றன. இவை தவிர்த்து ஜூலியஸ் சீசரே தன்னைப் பற்றியும், தான் வெற்றி பெற்ற கௌல் (பிரான்ஸ்) மற்றும் உள்நாட்டுப் போர்கள் பற்றியும் பல புத்தகங்களை எழுதியுள்ளார். அகஸ்டஸ் காலத்தில் வாழ்ந்த லிவி என்பவர் ரோமாபுரி தோன்றிய நாள் முதல் தனது வாழ்நாள் வரை எழுதி வைத்த குறிப்புகளும் இன்று பெருமளவு உதவுகின்றன. குவிண்டஸ் என்பவர் நுமிடிய ஜுகர்த்தா (கிமு 113- கிமு 105), கடிலினா (கிமு 66- கிமு 63) ஆகிய போர்கள் குறித்து விவரித்துள்ளார். ஹிஸ்டரீஸ் என்ற தலைப்பில் எழுதிய மற்றொரு புத்தகம் காணாமல் போனாலும், அதிலிருந்து மேற்கோள் காட்டிச் சிலர் எழுதிய நூல்களிலிருந்து சிறு சிறு பகுதிகளாகக் கிடைக்கின்றன. கிமு 60 - கிமு 50 இல் கட்டலஸ் என்பவர் எழுதிய பாடல்கள் அக்கால ரோமாபுரியின் சமூகம், அரசியல் மற்றும் கலாசாரம் பற்றித் தெளிவாக விளக்குகின்றன. சீசெரோவுக்குப் பிறகு ரோமானிய வரலாற்றை எழுதியவர் ரோமானியர் அல்ல. கிரேக்கத்தைச் சேர்ந்த ப்ளூடார்க் என்பவராவார். கிமு 2 - கிமு 1 ஆம் நூற்றாண்டுகளைச் சேர்ந்த மேரியஸ், சுல்லா, க்ராசஸ், பாம்பியஸ், சிசெரோ, சீசர் உள்ளிட்ட ரோமானிய மற்றும் கிரேக்கத் தலைவர்களின் வாழ்க்கை வரலாறுகள் இவரது பதிவுகள் மூலமும் நமக்குக் கிடைத்துள்ளன.

விளம்பரப் பிரியரான சீசர் தனது பெயர் எப்போதும் நினைவில் வைத்துக்கொள்ளப்பட்டுக் காலம் கடந்தும் உச்சரிக்கப்பட வேண்டும் என்பதில் குறியாக இருந்தார். போருக்கான வியூகங்கள் வகுப்பதில் சீசருக்கு ஈடு இணையில்லை. கௌல் பகுதி ஆளுநராக இருந்தபோது நிகழ்ந்த போர்களை 'டி பெல்லோ கேலிகோ' என்ற தலைப்பிலும், பாம்பேவைக் கொல்வதற்காக அலெக்சாண்ட்ரியாவுக்கு வருகை தந்த போது ஏற்பட்ட உள்நாட்டுப் போரை 'டி பெல்லோ சிவில்' என்ற தலைப்பிலும், 'டி அனலோகியா' என்ற பெயரில் மற்றொரு புத்தகத்தையும் சீசர் எழுதி உள்ளார். ஒவ்வொரு வருடமும் நடைபெற்ற போரைக் காலவரிசையாகச் சீசர் பதிவு செய்ததுடன், கிமு 58 - கிமு 52

வரை நடைபெற்ற போர்களை 1 முதல் 7 புத்தகங்களாகவும் வெளியிட்டுள்ளார். கௌல் பகுதி ஆளுநராக இருந்துகொண்டே கவுன்சல்ஷிப் பதவிக்குப் போட்டியிடுவதற்கு இவர் எழுதிய புத்தகங்கள் பெருமளவில் உதவின. கிமு 51 - கிமு 50 இல் சீசர் தலைமையில் நடைபெற்ற போர்களை எட்டாவது புத்தகமாக சீசரின் நண்பர் ஹிர்ஷியஸ் எழுதி வெளியிட்டார்.

ரோமாபுரியிலிருந்து 700 மைல் தொலைவில் தனது கட்டுப் பாட்டிலுள்ள கௌல் பகுதிகளைச் சென்றடையும் வரை சீசர் சொல்லச் சொல்ல அவரது அடிமைகள் (பண்டைய ரோமானிய அடிமைகளுக்கும் எழுத்தறிவு மற்றும் படிப்பறிவு உண்டு என்பது குறிப்பிடத்தக்கது) குறிப்புகள் எடுத்துக் கொண்டே வந்துள்ளனர் என்கின்றனர் வரலாற்று ஆய்வாளர்கள். தனது அத்தை ஜூலியாவின் மரணத்தின் போது கல்லறையில் சீசர் ஆற்றிய உணர்ச்சிப்பூர்வ உரையின் தொகுப்பும், கேடோவை எதிர்த்து எழுதிய 'ஆண்டி கேடோ' என்னும் பதிப்பும் கிடைக்கப் பெறவில்லை. டி பெலோ அலெக்சான்ட்ரியோ, டி பெலோ ஆஃப்ரிகோ, டி பெலோ ஹிஸ்பேன்சி ஆகிய புத்தகங்கள் சீசரைப் பற்றியவை என்றாலும் அவற்றின் ஆசிரியர்கள் குறித்த விவரங்கள் இல்லை.

ஜூலியஸ் சீசரின் குழந்தைப் பருவம் பற்றிய விவரங்கள் அதிகமில்லை. குறிப்பாகப் பத்து வயது வரை அவர் எங்கே, எப்படி வளர்ந்தார் என்ற தகவல்கள் கிடைக்கவில்லை. அதிகபட்சம் தெரிந்த செய்திகள் அவரது இளமைக் காலத் தோழர்கள் மார்க்கஸ் சிசெரோ, குவிண்டஸ் மற்றும் கயஸ் வரோ ஆகியோர் மட்டுமே. இவர்கள் எழுதி வைத்த சில குறிப்புகளிலிருந்தே சீசரின் குழந்தைப் பருவம் பற்றி நமக்கு ஓரளவு தெரிய வருகிறது. எல்லா இளைஞர்களைப் போன்று சீசரும் காதல், வீரம் ஆகியவற்றைக் கலந்து 'ஹெர்குலிஸ் வாழ்த்துப்பா', 'ஓடிபஸ்' ஆகிய தலைப்புகளில் பருவ வயதில் கவிதைகள் புனைந்துள்ளார்.

அலெக்சாண்டர் காலம் தொட்டே ரோமாபுரியில் லத்தீன் மொழியுடன் கிரேக்கத்தின் ஆதிக்கமும் செழித்து வளர்ந்தது. மத்திய தரைக்கடல் பகுதி முழுவதும் கிரேக்க மொழி பேசும் அடிமைகளின் சந்தை பரவி யிருந்ததால் எங்கெல்லாம் கிரேக்க அடிமைகள் வர்த்தகம் நடை பெற்றதோ அங்கெல்லாம் கிரேக்கம் விரிவடையத் தொடங்கியது. லத்தீன் எழுத்துகளுக்கு அடிப்படையே கிரேக்கம் என்பதால் ரோமானியர்கள் கிரேக்க மொழியையும் கற்றுக் கொள்ளத் தயங்கவில்லை.

ஏழைகளும் நடுத்தர மக்களும் பள்ளிகளுக்குச் சென்று படித்தனர். ஆனால் பணக்காரர்களின் வீடுகளுக்கே சென்று ஆசிரியர்கள்

பாடங்களைக் கற்றுக் கொடுத்தனர். ஜூலியஸ் சீசர் வசதியான குடும்பத்தைச் சேர்ந்தவர் என்பதால் பள்ளிக்குச் செல்லாமல் வீட்டிலேயே ஆசிரியர்கள் மூலம் கல்வி கற்றார். எகிப்து நாட்டிலுள்ள அலெக்சாண்டிரியாவில் உயர்கல்வி கற்ற மார்க்கஸ் அண்டோனியஸ் நிஃபோதான் அவருடைய ஆசிரியர். கல்வியை வியாபாரமாக நினைக்காமல், அவரவர் வசதிக்கேற்ப கொடுப்பதை வாங்கிக்கொண்டு ஏழை பணக்காரன் என்ற வித்தியாசமின்றி கற்றுக் கொடுத்தார்.

லத்தின் மற்றும் கிரேக்க மொழி இலக்கியம், இலக்கணம் மற்றும் தத்துவங்களை ஆசிரியர் நிஃபோவிடம் இருந்து ஜூலியஸ் சீசர் கற்றுக் கொண்டார். கிரேக்க மொழியறிவு அவருக்கு வேறெந்த பணிகளுக்குப் பயன்பட்டதோ தெரியாது. ஆனால் பிற்காலத்தில் எகிப்தியப் பேரழகி கிளியோபாட்ராவுடன் கொஞ்சவும், காதல் மொழி பேசி வசியப் படுத்தவும், கிரேக்க மொழி பெருமளவு சீசருக்குக் கைகொடுத்தது. எகிப்திய பிரமிட்கள், ஸ்பிங்க்ஸ் மற்றும் ஃபேரோக்கள் பற்றிச் சிறு வயது முதற்கொண்டே சீசர் தெரிந்து வைத்திருந்தது பிற்காலத்தில் எகிப்து மீது படையெடுக்கவும், கிளியோபாட்ராவைக் காதலிக்கவும் அவருக்கு உதவின.

சீசருக்கு 15 வயதிருக்கும்போது தந்தை திடீரென மரணமடையவே அவரைக் கண்ணும் கருத்துமாக வளர்த்ததில் தாய் ஆரேலியாவின் பங்களிப்பும் பாதிப்பும் அதிகம். ரோமானியக் கடவுள்கள், தேவதைகள், பாரம்பரியப் பெருமை மிக்க வீரர்கள் ஆகியோரின் கதைகளையும் வரலாற்று நிகழ்வுகளையும் சொல்லிக் கொடுத்ததுடன், ரோமானியக் குடியரசுக்கு என்றென்றும் விசுவாசமாக இருக்க வேண்டும் என்பதையும் வலியுறுத்தினார்.

கல்வியில் மட்டுமின்றி ஓட்டப் பந்தயம், ஈட்டி எறிதல், உயரம் தாண்டுதல் உள்ளிட்ட தட களப் போட்டிகளிலும், குதிரையேற்றம், வாள் சண்டை ஆகியவற்றிலும் சீசர் தன்னிகரில்லா வீரராக விளங்கினார். இரு கைகளைப் பின்புறமாகக் கட்டிக் கொண்டு கடிவாளம் இல்லாமலும், வழுக்கி விழாமலிருக்க இரு பாதங்களையும் தாங்கும் பிடிமானம் இல்லாமலும், வேகமாகக் குதிரை சவாரி செய்வதில் சீசர் நிபுணர். சீறியெழும் கடல் அலைகளுக்கு ஊடே நீந்துவதிலும் அசகாய சூரர்.

குழந்தைப் பருவத்தில் நிச்சயதார்த்தம் அல்லது திருமணம் முடிக்கும் வழக்கம் அக்கால ரோமாபுரியில் நிலவியது. சீசருக்கும் சிறு வயதில் கொசுஷியா என்னும் பெண்ணுடன் நிச்சயதார்த்தம் நடைபெற்றது. ஆனால் அதை முறித்துக்கொண்டு அரசியலில் பிரபலமான புள்ளியாக விளங்கிய சின்னாவின் மகளான கார்னலியாவை சீசர் திருமணம் செய்து

கொண்டார். இருவருக்கும் பிறந்த மகள்தான் ஜூலியா (சீசர் சகோதரிகளின் பெயரும் ஜூலியாதான்). மகள் பிறந்த அதிர்ஷ்டம் மிக இளம் வயதிலேயே ஃப்ளமென் டயாலிஸ் என்னும் பொறுப்பான பதவியில் நியமிக்கப்பட்டார். அரசியல் செல்வாக்குள்ள சின்னாவின் மகளை மணந்ததன்மூலம் தனது எதிர்காலம் இன்னும் சிறப்பாக அமையும் என்று சீசர் எடுத்த முடிவு சரியானதே என்பதற்கு இதுவு மொரு சான்று.

வகைவகையான ஆடைகளை அணிந்து கொள்வதும், வாசனைத் திரவியங்களைப் பூசிக் கொள்வதும் சீசருக்குப் பிடித்தமான விஷயங்கள். டோகா பிக்டா என்பது கரு நீல வண்ணத்தில், ஓரங்களில் தங்க இழைகளுடன் நெய்யப்பட்ட உயர் ரக ஆடையாகும். ரோமானியத் தளபதிகள் மட்டுமே இதை அணிய உரிமை பெற்ற வர்கள். அரசு விழாக்கள் அனைத்திலும் ஜூலியஸ் சீசர் இதை அணிந்து கொண்டு தனது அதிகாரப்பூர்வ ஆடையாகப் பிரபலப்படுத்தினார். மிகப் பிரம்மாண்ட அரண்மனையைக் கட்டி போரில் வெற்றி பெற்ற ஒவ்வொரு நாட்டிலிருந்து பல கலைப் பொருட்களைச் சேகரித்து தனது மாளிகையை அலங்கரித்தார்.

சின்னாவின் மரணம்

இனி விட்ட இடத்திலிருந்து தொடர்வோம். சுல்லா நாடு திரும்பிக் கொண்டிருக்கிறார் என்ற செய்திக்கே ரத்த ஆறு பெருக்கெடுத்து ஓடுகிறது எனில் அவர் ரோமாபுரிக்குள் நுழைந்தால் என்னவெல்லாம் நிகழுமோ என மக்கள் நடுங்கினர். உள்நாட்டுக் குழப்பம் இன்னும் அதிகரிக்கும் என்று அஞ்சிய மேரியஸின் நண்பரான சின்னா (இவரது மகள் கார்னலியாவைத் தான் சீசர் திருமணம் செய்து கொண்டார்) ஒரு முடிவுக்கு வந்தார். சுல்லாவைக் கொன்றுவிட்டால் ரோமாபுரி பெரும் சேதாரத்திலிருந்து தப்பிக்கும் என்று எண்ணினார். கிமு 84 இல் ரோமாபுரிக்குத் திரும்பிக் கொண்டிருந்த சுல்லாவுடன் நடு வழியிலேயே மோதினார். ஆனால் சுல்லாவின் படை பலத்தைச் சமாளிக்க முடியாமல் வீர மரணம் எய்தினார்.

பாம்பே – சுல்லா கூட்டணி

பிரம்மாண்ட படை பின்தொடர வெற்றிக் களிப்புடன் சுல்லா ரோமாபுரியில் தடம் பதித்தார். சின்னாவின் மரணத்தைத் தொடர்ந்து இனி ரோமாபுரியின் எதிர்காலம் சுல்லாவின் கைகளில்தான் என்பதை உணர்ந்துகொண்ட குவிண்டஸ் மெடல்லஸ் பயஸ், ஸ்பெயினிலிருந்து க்ராசஸ் மற்றும் பாம்பே ஆகியோர் ஆப்பிரிக்காவில் இருந்து ரோமாபுரி

திரும்ப முடிவெடுத்தனர். மேரியஸூம், சின்னாவும் ஆட்சியிலிருந்த போது தங்கள் அதிகாரத்தைப் பயன்படுத்தி இவர்களை நாட்டை விட்டே விரட்டியடித்ததை இவர்கள் இன்னும் மறக்கவில்லை. பாம்பே, சுல்லா ஆகிய இருவருக்குமே மேரியஸூம், சின்னாவும் பொதுவான எதிர்கள். எனவே எதிரியின் எதிரி நண்பன் என்னும் பொது வான தத்துவத்துக்கேற்ப பாம்பேயும், சுல்லாவும் உறவு கொண்டாடத் தொடங்கினர். ஒருவரையொருவர் சந்திக்கும் போது அன்பை வெளிப் படுத்தக் கட்டித் தழுவிக் கொண்டனர்.

கிமு 106 இல் வசதியான ரோமானியக் குடும்பத்தில் பிறந்தவர் பாம்பே. இளம் வயது முதற்கொண்டே மாவீரனாக விளங்கினார். சில முக்கியப் போர்களின்போது ராணுவத்தை வழிநடத்தும் தளபதி பதவியைப் பெறும் அளவுக்கு சுல்லாவின் முழு ஆதரவு இவருக்கு இருந்தது. இதற்குப் பரிசாக கிமு 67 இல் மத்தியத் தரைக் கடல் பகுதி முழுவதுடன் சுமார் 60 மைல்களுக்கு உள்பட்ட கடற்கரைப் பகுதிகளையும் சேர்த்து நிர்வகிக்கும் மிகப் பெரிய பொறுப்பை செனேட் வழங்கி இவரைப் பெருமைப்படுத்தியது. மத்தியத் தரைக் கடலில் ஆதிக்கம் செலுத்தி வந்த கடல் கொள்ளையர்களை முற்றிலுமாக விரட்டியடித்தார். இதன் காரணமாகக் கடல் கொள்ளையர்களால் பாதிக்கப்பட்டிருந்த ரோமானிய கடல் வாணிகம் பாம்பேவால் மீண்டும் புத்துயிர் பெற்றது.

தன்னுடன் இணைந்ததற்குப் பரிசாக பாம்பேவுக்குத் தனது ஒன்று விட்ட சகோதரி மகளான அமீலியாவை மணமுடித்து வைத்தார் சுல்லா. ஏற்கெனவே ஆண்டிஸ்டியா என்ற மனைவியையும் சேர்த்து பாம்பேவுக்கு மொத்தம் ஐந்து மனைவிகள்.

மேரியஸூடனும், சின்னாவுடனும் சேர்ந்து தன்னை விரட்டியடித்த அனைவரையும் சுல்லா பழி தீர்த்துக்கொண்டார். சுல்லாவின் கோர தாண்டவம் அரங்கேறிக்கொண்டிருந்த போது ஜூலியஸ் சீசருக்கு வயது 18 தான். தனது எதிரியான மேரியஸ் சகோதரி மகன் மற்றும் சின்னாவின் மருமகன் என்ற வகையில் ஜூலியஸ் சீசர் மீதும் சுல்லாவின் சந்தேக ரேகைகள் படரத் தொடங்கின.

18 வயது நிரம்பிய ரோமானியர்கள் அனைவருக்கும் ராணுவப் பயிற்சி கட்டாயமாக்கப்பட்டு இருந்தது. தனக்கு விசுவாசமானவர் என்பதை உறுதிப்படுத்த சீசர் தனது ஆணைகளுக்குக் கீழ்ப்படிந்து நடக்க வேண்டும் என்றும் கட்டாயம் ராணுவப் பயிற்சி பெறவேண்டும் என்றும் சுல்லா ஆணையிட்டார். மேலும் சின்னாவின் மகளான கார்னலியாவை விவாகரத்து செய்துவிட்டுத் தான் அடையாளம் காட்டும் பெண்ணை சீசர் மணக்க வேண்டும் என்றும் கட்டளை போட்டார். அப்போதுதான் பாம்பேவைப் போல் சீசரையும் தனது

கண்காணிப்பிலேயே வைத்திருக்க முடியும் என்பது சுல்லாவின் திட்டம். ஆனால் கார்னலியாவை விவாகரத்து செய்ய மறுத்ததுடன், சுல்லா சுட்டிக் காட்டிய பெண்ணையும் மணக்க சீசர் ஒப்புக் கொள்ளவில்லை.

தனது ஆணைகளுக்குச் சீசர் மசியவில்லை என்று தெரிந்தவுடன், சுல்லா கோபத்தின் உச்சிக்குப் போனார். சீசரின் சொத்துகளைப் பறிமுதல் செய்ததுடன், கொல்லவும் உத்தரவிட்டார். உயிருக்குப் பயந்து ரோமாபுரியை விட்டு ஓடிய சீசர் மத்திய இத்தாலிப் பகுதியிலுள்ள மலைப் பகுதிகளில் தலைமறைவு வாழ்க்கை வாழ்ந்தார். இதற்கிடையே சீசரின் குடும்பத்தினரும், சுல்லாவின் உறவினர்களும் ஒன்றுகூடி இளைஞனான சீசருக்கு உயிர்ப்பிச்சை அளிக்குமாறு சுல்லாவை வேண்டிக் கொண்டனர். 18 வயது சின்னஞ் சிறு பாலகனான சீசர், அதிகார பலம் பொருந்திய தன்னை என்ன செய்துவிட முடியும் என்ற தைரியத்தில், சுல்லா தனது முடிவை மாற்றிக் கொண்டு சீசருக்கு உயிர்ப் பிச்சை அளிக்க ஒப்புக்கொண்டார். ஆனால் கைப்பற்றிய சீசரின் சொத்துகளைத் திருப்பிக் கொடுக்க மறுத்து விட்டார். ஆனாலும் சீசர் உள்ளூரில் இருந்தால், இன்றைக்கு இல்லா விட்டாலும் என்றைக்கேனும் ஆபத்துதான் என்பதை உணர்ந்து கொண்ட சுல்லா கிழக்குப் பகுதிக்கு அவரை அனுப்ப முடிவெடுத்தார்.

சுல்லாவின் மரணம்

தனது ஆட்சிக் காலத்தில் பலவேறு திட்டங்களை சுல்லா அறிமுகப் படுத்தினாலும் அவை எதுவுமே அக்காலத்தில் நிலவிய அரசியல் சமூகப் பொருளாதாரச் சூழல்களுக்கு ஏற்புடையதாக இல்லை. இதனால் அவர் அறிமுகப்படுத்திய திட்டங்கள் அனைத்துமே தோல்வியைத் தழுவின. ஒரு கட்டத்தில் உடல்நிலை ஒத்துழைக்காத தால் அரசியலிலிருந்து தாற்காலிகமாக விலகி நேபிள்ஸ் பகுதியிலுள்ள பிரம்மாண்ட பங்களாவில் ஓய்வெடுக்கத் திட்டமிட்டார். உடல்நிலை தேறிய பிறகு மீண்டும் தீவிர அரசியலில் ஈடுபடலாம் என்பது அவரது எண்ணம். ஆனால் தாற்காலிக ஓய்வு அவருக்கு நிரந்தர ஓய்வைத் தந்தது. சுல்லாவின் ஆட்டம் கிமு 78 இல் முடிவுக்கு வந்தது. கடுமை யான நோயின் தாக்குதலுக்கு உள்ளாகி மிகுந்த வேதனையுடனும் வலியுடனும் இறந்தார். அரசு மரியாதையுடன் அவரது உடல் நல்லடக்கம் செய்யப்பட்டது. பாம்பேதான் அவரது இறுதிச் சடங்குகளை முன்னின்று நடத்தினார்.

கடற்கொள்ளையர்களை வீழ்த்திய சீசர்

சுல்லா இறந்தபோது சீசர் இன்னும் கிழக்குப் பகுதி ஆளுநரும், தளபதியுமான தெர்மஸின் கீழ் பணியாற்றிக் கொண்டிருந்தார். சீசரின்

சுறுசுறுப்பும், கடுமையான உழைப்பும், பேச்சும் தெர்மஸை வெகுவாகக் கவர்ந்தன. போருக்குத் தேவையான கப்பல்களைப் பேரம் பேசி வாங்க சீசர்தான் சரியான நபர் என்று முடிவுடன், ஆசியா மைனர் பகுதியிலுள்ள பிதினியா அரசர் நான்காம் நிகோமெடீஸிடம் அனுப்பி வைத்தார். சிறிது காலம் அங்கு தங்கியிருந்த சீசர் தனது பயணத்தை வெற்றிகரமாக முடித்துக்கொண்டு தேவையான கப்பல்களுடன் திரும்பிக் கொண்டிருந்தார்.

அப்போது யாரும் எதிர்பாராத வகையில் கடல் கொள்ளையர்கள் ஃபார்மாக்யூசா என்னும் தீவுக்கு அருகே வந்து கொண்டிருந்த கப்பல் களைக் கைப்பற்றியதுடன், சீசரையும் சிறை பிடித்தனர். 20 டேலெண்ட் (1 டேலெண்ட் என்பது 26.24 கிலோ வெள்ளி) பிணைத் தொகையாகக் கொடுத்தால் மட்டுமே கப்பல்களையும் சீசரையும் விடுவிக்கமுடியும் என்று மிரட்டினார்கள். சீசருடன் வந்த வீரர்கள் தேவையான டேலெண்டுடன் வரும் வரை சீசர் பிணைக் கைதியாக இருக்கவேண்டு மென்று முடிவானது. தாமதித்தாலோ, ஏமாற்ற நினைத்தாலோ சீசரின் தலை துண்டிக்கப்பட்டு கடல் மீன்களுக்கு உணவாக்கப்படும் என்றும் எச்சரித்தனர்.

தங்களது மிரட்டலுக்கு சீசர் பணிந்து பயப்படுவார் என்று கடல் கொள்ளையர்கள் எதிர்பார்த்தனர். ஆனால் சீசர் சற்றும் அஞ்சாமல் கடகடவெனச் சிரித்தார். ‘மடையர்களே, எனது மதிப்பை 20 டேலெண்ட் என்று குறைவாக எடை போட்டு விட்டீர்களே. நான் வசதியான குடும்பத்தைச் சேர்ந்தவன். பரம்பரைப் பணக்காரன். அத்துடன் ரோமாபுரியின் மிக உயர்ந்த பதவியில் இருப்பவன். எனது மதிப்பு 50 டேலெண்டுக்கும் அதிகம். எனவே 50 டேலெண்ட் வெள்ளியுடன் திரும்பி வருமாறு எனது வீரர்களுக்கு கட்டளை இடுகிறேன். அவர்கள் வெள்ளியுடன் திரும்பி வரும் வரை நான் பிணைக் கைதியாக உங்களுடன் இருக்கச் சம்மதிக்கிறேன்’ என்றார்.

‘நீலப் பட்டாடை உடுத்தியதுபோல் கண்ணுக்கு எட்டிய தூரம் வரை மத்தியதரைக் கடல் பரந்து விரிந்திருந்தது. வானமும், கடலும் சங்கமிக்கும் காட்சியைத் தவிர வேறு எதுவும் தெரியவில்லை. ஆள் அரவம் இல்லை. சீசரை நாம் பிணையாகப் பிடித்து வைத்திருக் கிறோமா அல்லது சீசர் நம்மைக் கைது செய்திருக்கிறாரா? எந்த தைரியத்தில் சீசர் இப்படிப் பேசுகிறார்? எதற்கும் துணிந்தவராகவே காணப்படுகிறார். சீசர் புத்திசாலியாக இருந்தால் என்ன? பைத்தியக் காரனாக இருந்தால் என்ன? 20 டேலெண்ட் கேட்ட நமக்கு 50 டேலெண்ட் கிடைக்கப் போகிறது’ என்று கடல் கொள்ளையர்களின் தலைவன் குழம்பியவாறே தனது சகாக்களிடம் சொன்னான்.

‘வீரர்களே உடனே ரோமாபுரிக்குப் பயணப்படுங்கள். இவர்கள் கேட்ட 50 டேலெண்ட் தொகையை எப்படியாவது கொண்டு வாருங்கள். நான் சில கடிதங்களைத் தருகிறேன். அவர்களிடம் கடன் வாங்கியாவது வெள்ளியோடு வந்தால்தான் என்னை உயிருடன் விடுவார்கள்’ என்று உத்தரவிட்டார்.

கேட்டதற்கு அதிகமாகவே டேலெண்ட் கிடைக்கப்போகிறது என்ற மகிழ்ச்சியில் சீசருடான கோபத்தைத் தணித்துக் கொண்டு அவருடன் சகஜமாகப் பேச ஆரம்பித்தனர். கடற் கொள்ளையர்களைப் பார்த்து அனைவரும் நடுங்கிக்கொண்டிருந்த நிலையில் சீசர் அமைதியாக அவர்களுடன் பேசிக் கொண்டும், விளையாடிக் கொண்டும் இருந்தார்.

சீசரின் வீரர்கள் ரோமாபுரிக்குக் கிளம்பி ஒரு மாத காலம் ஓடிவிட்டது. மற்றவர்களாக இருந்தால் பிணைக் கைதியாகிவிட்டோமே என்று புலம்பிக் கொண்டிருப்பார்கள். ஆனால் சீசர் கேட்டதற்கு அதிகமாகவே 50 டேலெண்ட் தருவதாகக் கூறினார் அல்லவா? ஆகவே விசேஷ சலுகையாக அவரைக் கட்டிப் போடாமல் கப்பலுக்குள் சுதந்தரமாக எங்கு வேண்டுமானாலும் சென்று வர அனுமதித்தார்கள். சீசர் இந்த வாய்ப்பை நன்கு பயன்படுத்திக் கொண்டார். கப்பல் நங்கூரத்தின் ஆழம் தொடங்கி கடல் கொள்ளையர்களின் சின்னம் பொறித்த பதாகை பறக்கும் கொடிமரத்தின் உயரம் வரை யூகத்தாலேயே அளந்தார். பாதாள அறைகளில் அவர்கள் கொள்ளையடித்துச் சேர்த்து வைத்த தங்கம், வெள்ளி, வைரம், ஆயுதம் ஆகியவற்றின் அளவையும், மதிப்பையும் கணக்குப் போட்டார். மொத்தத்தில் முழுக் கப்பலின் வடிவமைப்பையும், கடல் கொள்ளையர்கள் ஒவ்வொருவரின் திறமை களையும், குறை நிறைகளையும் மனத்தில் பதிவு செய்து கொண்டார்.

சுமார் ஒரு மாதம் கழித்து 50 டேலெண்டுடன் வீரர்கள் வந்து சேர்ந்தனர். அவர்கள் கேட்ட டேலெண்டைக் கொடுத்துவிட்டு சீசர் தன்னை விடுவித்துக் கொண்டார். ‘20 டேலெண்ட் கேட்ட எங்களுக்கு 50 டேலெண்ட் கொடுத்த உன்னைப் போல் பைத்தியங்கள் கிடைத்தால் அலைச்சல் இல்லாமல் உட்கார்ந்த இடத்தில் இருந்தே சம்பாதிப் போம்’ என்று சீசரைப் பார்த்து எக்காளமிட்டுக் கொண்டே கடல் கொள்ளைக் கூட்டத் தலைவன் சொன்னான். சீசரும் பதிலுக்கு அவர்களைப் பார்த்துச் சிரித்தார். பயணத் திட்டப்படி கப்பல்கள் வாங்க ஆணையிட்ட தெர்மஸின் கிழக்குப் பகுதிக்குத்தான் சீசர் செல்ல வேண்டும். ஆனால் அதை மாற்றி ரோமாபுரிக்குச் சென்றார். அவசர நேரத்தில் தனக்கு உதவியவர்களுக்கு நன்றி தெரிவித்ததுடன், விரைவில் திரும்பிவந்து கடனை அடைப்பேன் என்று உறுதி கூறினார். பிறகு தனது கட்டுப்பாட்டில் உள்ள கடற் படையைத் திரட்டி பயணத்தைத் தொடங்கினார். அருகே இருந்த மிலிடஸ் என்னும்

தீவுக்குச் சென்று மேலும் சில கப்பல்களையும், துணைக்கு ஆயுதம் தாங்கிய வீரர்களையும் சேர்த்துக்கொண்டு ஃபார்மக்யூசாவை நோக்கிப் பயணித்தார். அவருடைய அதிர்ஷ்டமோ, கடற் கொள்ளைக் காரர்களின் துரதிர்ஷ்டமோ, தன்னைச் சிறை பிடித்துக் கப்பல்களையும், டேலெண்ட்களையும் பறித்துக் கொண்ட அவர்களின் கப்பல்கள் இன்னும் அங்கே நங்கூரமிட்டு நிற்பதைக் கண்டு குதூகலித்தார்.

தற்போது அதிகக் கப்பல்களும் வீரர்களும் ஆயுதங்களும் கைவசம் உள்ள நிலையில், முன்புபோல் எதிர்களிடம் சிக்கிக் கொள்ளக்கூடாது என்று கவனமாகத் திட்டமிட்டார் சீசர். கடற் கொள்ளையர்கள் அசந்த நேரத்தில் அவர்களைச் சூழ்ந்துகொண்டு வெறித்தனமாகத் தாக்கினார். தங்களிடம் பிணைக் கைதியாக மாட்டிக் கொண்டவன் மீண்டும் வருவான் என்பதைக் கடல் கொள்ளையர்கள் சற்றும் எதிர்பார்க்கவே இல்லை. சீசரின் திடீர் அதிரடித் தாக்குதலைச் சமாளிக்க முடியாமல் கடல் கொள்ளையர்கள் நிலை குலைந்து தோல்வியைத் தழுவினர்.

கடல் கொள்ளையர்களின் அனைத்துக் கப்பல்களுடன், கூட்டத் தலைவனையும் சிறைப் பிடித்தார் சீசர். அது மட்டுமா? தன்னிடமிருந்து பெற்றுக்கொண்ட 50 டேலெண்ட் வெள்ளியுடன், அவர்கள் கொள்ளை யடித்த தங்கம், வெள்ளி, வைரம், உள்ளிட்ட விலை உயர்ந்த நகை களையும், ஆயுதங்களையும் பறிமுதல் செய்தார். தன்னைக் கடத்தியதுடன், கேவலம் 20 டேலெண்டுக்கு பேரம் பேசித் தன்னை அவமானப் படுத்தியதற்காக அனைவரையும் கொன்று கடலிலுள்ள திமிங்கலங் களுக்கும், சுறா மீன்களுக்கும் இரையாக்க உத்தரவிட்டார்.

லெஸ்பாஸ் நகரைக் கைப்பற்ற நடைபெற்ற போரில் சீசர் வாங்கிவந்த கப்பல்கள் தெர்மஸுக்குப் பெருமளவில் உதவின. சீசரை கௌரவிக்கும் வகையில் அவருக்குக் 'கரோனா சிவிகா' என்னும் பட்டத்தை தெர்மஸ் வழங்கினார். பின்னாளில் ப்ரீடர்ஷிப் மற்றும் கவுன்சல்ஷிப் பதவிகளை விரைவாகப் பெற இந்தப் பட்டம் சீசருக்குக் கைகொடுத்தது.

ஸ்பார்டகஸ்

இதற்கிடையே சுல்லா இறந்த செய்தி சீசருக்குத் தெரியவரவே ரோமாபுரிக்கு உடனே திரும்ப தெர்மஸிடம் அனுமதி கோரினார். சுல்லா மரணத்தைத் தொடர்ந்து உள்நாட்டுக் குழப்பத்துக்கான வாய்ப்பு அதிகரித்தது. இதற்கிடையே மற்றொரு பிரச்னையும் வெடித்தது. ஸ்பார்டகஸ் என்னும் அடிமை திடீரென ரோமாபுரிக்கு எதிராக மிகப் பெரிய புரட்சிக்குத் திட்டமிடுகிறான் என்னும் ரகசியச் செய்திதான் அது. அடிமைகளுக்கான பயிற்சிப் பள்ளி உரிமையாளரால் விலைக்கு

வாங்கப்பட்ட அடிமைகளுள் ஒருவன்தான் ஸ்பார்டகஸ். ரோமானியர்களை மகிழ்விக்க மற்ற அடிமைகளுடன் கூரிய ஆயுதங்களுடன் சண்டை போடுவது அல்லது கொடிய விலங்குகளுடன் மோதுவதே அடிமைகளின் பணியாகும். மற்றொரு அடிமையாலோ, மிருகத்தாலோ மரணம் நிச்சயம் என்பதால் ரத்தச் சிவப்பேறிய கண்களுடன் எப்போதும் வெறியுடனேயே காணப்படுவார்கள்.

கிமு 73 இல் பாதுகாப்புப் பணியில் இருந்த ரோமானிய வீரர்களைக் கொன்றுவிட்டு, கையில் கிடைத்த ஆயுதங்களுடன் ஸ்பார்டகஸ் பயிற்சிப் பள்ளியை விட்டுத் தப்பினான். இவனைப்போல் ஆங்காங்கே தப்பிய அடிமைகள் குறிப்பிட்ட இடத்தில் ஒன்றாகக் கூடித் தங்களைக் கொடுமைப்படுத்தியவர்களைப் பழிவாங்க முடிவெடுத்தனர். தனித்தனிக் குழுக்களாகப் பிரிந்து கொலை, கொள்ளைகளில் ஈடுபட்டு ரோமானியப் பிரபுக்களின் தூக்கத்தைக் கெடுத்தனர். ஐந்தாகவும் பத்தாகவும் இருந்த குழு உறுப்பினர்களின் எண்ணிக்கை நாளடைவில் நூறாகவும், ஆயிரமாகவும் பெருகியது. ஒரு கட்டத்தில் ஸ்பார்டகஸ் தலைமையிலான குழுவில் பெண்கள் உள்பட 70,000 க்கும் அதிகமான அடிமைகள் இருந்தனர். போர் முனையில் எதிரிகளை வீழ்த்த முறையான பயிற்சி பெற்ற அடிமைகள் என்பதால், அரசிடம் சம்பளத்துக்காக வேலை பார்க்கும் படை வீரர்களால்கூடக் கட்டுப்படுத்த முடியவில்லை.

ரோமானிய வரலாற்றில் அடிமைகளுக்கென்று தனியான வரலாறு உண்டு. பல்வேறு நாடுகளில் சிறை பிடிக்கப்பட்டவர்கள் ரோமாபுரியில் கொத்தடிமைகளாக விற்கப்பட்டனர். மனைவி, குழந்தைகளிடமிருந்து வலுக்கட்டாயமாகப் பிரிக்கப்பட்டு ஆயிரக்கணக்கான மைல்களுக்கு அப்பாலுள்ள ஒரு நாட்டில் அடிமைகளாக விற்கப்படும் இவர்களது வாழ்க்கை சோகமானது. கற்பனைகூடச் செய்துபார்க்க முடியாத கொடுமையான சூழல்களில் பணியாற்றும் இவர்களுக்குப் போதிய உணவோ, தங்க இடமோ கிடையாது. ஆடு மாடுகளைப்போல் கொட்டடியில்தான் படுக்கை. வானமே கூரையானதால் வெய்யிலில் காய்வதும், மழையில் நனைவதும் இவர்களுக்கு வாடிக்கை. அடி, உதை, சவுக்கடி, சூடு என வார்த்தைகளில் அடங்காத கொடுமைகள் அன்றாடம் அரங்கேறும். தினம் தினம் துன்பங்களை அனுபவித்து வந்ததால் உடல் மட்டுமின்றி மனதும் கல்லாகிப் போனது. எனவே தங்களைக் கொடுமைப்படுத்திய முதலாளிகளைக் கொன்று குவித்துப் பழி தீர்க்கவேண்டும், வசதியானவர்கள் சொத்துகளைக் கொள்ளை அடிக்கவேண்டும் என்பதுதான் அடிமைகளுக்கிருந்த ஒரே வெறி.

பாம்பே – க்ராசஸ் மோதல்

கிமு 72 இல் ஸ்பார்டகஸ் நடத்திய அடிமைப் புரட்சி ரோமானிய வரலாற்றில் பதிவு செய்யத் தக்கதாகும். அடிமைகளின் வீரத்துக்கு முன்னால் ரோமானிய வீரர்களால் ஒன்றுமே செய்ய முடியவில்லை. ஸ்பார்டகஸை ஒடுக்க அடுத்தடுத்துத் தலைமை ஏற்ற மேன்லியஸ், பாப்லிகோலா, க்ளோடியானஸ் ஆகிய கவுன்சல்கள் தனித்தனியாகவும் கூட்டாகவும் தோல்வியையே தழுவினார்கள். பல தடவை கூடிய செனேட் கூட்டம் இறுதியாக க்ராசஸைத் தேர்ந்தெடுத்து ஸ்பார்டகஸை எப்படியாவது தீர்த்துக்கட்ட முழு அதிகாரத்தை வழங்கியது.

சுல்லாவின் படையில் அதிகாரியாகப் பணியாற்றிய அனுபவம் க்ராசஸுக்கு உண்டு. பல ரோமானிய வீரர்களைப் பந்தாடிய ஸ்பார்ட்கஸ், முதல் முறையாக க்ராசஸைச் சமாளிக்க முடியாமல் திணறினான். இருவருக்கும் இடையே நடைபெற்ற கடுமையான போரில் ஸ்பார்டகஸ் கொல்லப்பட்டான். அவனுக்குத் துணையாக இருந்த 5000 அடிமைகளும் சங்கிலிகளால் பிணைக்கப்பட்டு ரோமா புரிக்கு இழுத்து வரப்பட்டனர். பிடிபட்ட அனைவரும் கொடூரமான முறையில் மக்கள் கூடும் தெரு முனைகளில் சிலுவையில் அறையப் பட்டுத் துடிதுடிக்கச் சாகடிக்கப்பட்டனர். அடிமைகளின் புரட்சி ஒரு வழியாக நசுக்கப்பட்டது. ஸ்பார்டகஸைக் கொன்ற க்ராசஸ் ரோமாபுரியின் மாவீரன் ஆனான்.

ரோமாபுரியைச் சூழ்ந்த மிகப் பெரிய பிரச்னை முடிவுக்கு வந்தாலும், அதிகார மையத்துக்கான போட்டிக்கே இது வழிவகுத்தது. ரோமா புரியின் ராணுவம் பாம்பே மற்றும் க்ராசஸ் ஆகியோருக்கு ஆதரவாக இரண்டாக பிளவுபட்டது. பாம்பே போர்க்களத்தில் வீரர்களை வீழ்த்தினார். ஆனால் க்ராசஸ் வீரர்களுடன் போரிடாமல் ஸ்பார்டகஸ் உள்ளிட்ட அடிமைகளை மட்டுமே வீழ்த்தியதால் பாம்பேவுக்கு இணையான பதவியைத் தரக்கூடாது என்ற எதிர்ப்பு கிளம்பியது. இருப்பினும் கிமு 70 இல் இருவருமே கவுன்சல் பதவிகளைப் பெற்றனர்.

சீசர் அரசியல் பிரவேசம்

சுல்லா அறிமுகப்படுத்திய சீரமைப்புகளைத் தொடர்ந்து ஒவ்வொரு வருடமும் வசதியான குடும்பங்களைச் சேர்ந்த 20 க்வெஸ்டர்கள் நியமனம் ஆனார்கள். இத்தகைய க்வெஸ்டர் பதவியில்தான் கிமு 69 இல் சீசர் நியமிக்கப்பட்டார். இதனைத் தொடர்ந்து அவர் ரோமானிய கவுன்சிலிலும் இடம் பெற்றார். நீதிபதிகள் / ஆளுநர்களின் உதவியாளர்

களாக நிர்வாகத்தைக் கவனித்துக் கொள்வது க்வெஸ்டர்களின் பணி என்பதால் ஹிஸ்பானியா ஆளுநரின் உதவியாளராக சீசர் நியமிக்கப்பட்டார். இது முக்கியத்துவம் பெற்ற பதவியென்று சொல்ல முடியாவிட்டாலும், ரோமானிய சாம்ராஜ்ஜியத்துடனான தொடர்புகளை மேம்படுத்திக்கொள்ளும் நல்ல வாய்ப்பாகும். சீசர் அதைச் சரியாகப் பயன்படுத்திக் கொண்டார்.

க்வெஸ்டர் பதவியை ஏற்றுக்கொள்ள ஸ்பெயினுக்குப் புறப்பட்டுக் கொண்டிருந்த வேளையில் சீசரின் அத்தை ஜூலியாவின் மரணச் செய்தி எட்டியது. அரசியல் ரீதியாகச் செல்வாக்குள்ள குடும்ப உறுப்பினர்கள் இறந்தால் அவர்களுக்கு அரசு ரீதியான இறுதிச் சடங்குகள் செய்வது ரோமானிய வழக்கமாகும். ஜூலியாவின் மகன் மேரியாஸ் ஏற்கெனவே காலமானதால், இறுதிச் சடங்குகளை நிறைவேற்றும் பொறுப்பை சீசர் ஏற்க வேண்டியதாயிற்று.

சுல்லா உயிரோடு இருக்கும்வரை மேரியஸின் பெயரைக்கூட யாரும் உச்சரிக்கவில்லை. ஆனால் தற்போது ஜூலியா இறந்த சூழலில், சீசர் அவரது இறுதிச் சடங்குகளை முழுமையாக நிறைவேற்றினார். மேலும் அவரது கணவரான மேரியஸின் மிகப் பெரிய உருவப்படத்தையும் இறுதிச் சடங்கு நடைபெறும் இடத்தில் அனைவரின் பார்வைக்குத் தெரியும்படிக் காட்சிக்கு வைத்தார்.

பட்ட காலிலேயே படும் என்பதுபோல், அடுத்த சில நாள்களில் சீசரின் மனைவி கார்னெலியாவும் திடீரென இறந்தார். அவருக்கான ஈமச் சடங்குகளையும் அரசு மரியாதையுடன் நடத்த சீசர் முடிவெடுத்தார். இளம் பெண்கள் மரணம் அடைந்தால் அரசு முறையிலான மரியாதைகளுக்கு ரோமானியச் சட்டத்தில் இடமில்லை. இருப்பினும் பொறுப்பான கணவனாகத் தனது மனைவிக்கு சீசர் அளித்த கௌரவம் அவர் மீதிருந்த மரியாதையை மக்கள் மத்தியில் இரட்டிப்பாக்கியது. இரண்டு ஈமச் சடங்குகளிலும் சீசர் ஆற்றிய உரை வரலாற்று ஏடுகளில் பதிவு செய்யத்தக்க அளவில் சிறப்பாக இருந்தன என்கின்றனர் வரலாற்று ஆசிரியர்கள்.

ஸ்பெயின் மற்றும் போர்ச்சுகல் உள்ளிட்ட ஹிஸ்பானிய பகுதிகளில் சீசர் சுற்றுப்பயணம் மேற்கொண்டபோது அலெக்சாண்டரின் முழு உருவச் சிலையைக் காண நேர்ந்தது. 30 வயதில் உலகின் கால் பகுதியைத் தனது கட்டுப்பாட்டுக்குள் கொண்டு வந்த அலெக்சாண்டருடன், அதே முப்பது வயதில் இன்னும் எதையும் சாதிக்காமல் இருக்கும் தன்னையும் ஒப்பிட்டு சீசர் தனக்குத் தானே நொந்து கொண்டார். எந்தக் காலத்திலும் அலெக்சாண்டருக்கு இணையாகத் தன்னால் திகழ முடியாது என்றும் நினைத்தார். ஆனாலும், பிற்காலச் சரித்திர ஆசிரியர்கள் கிரேக்க மாவீரன் அலெக்சாண்டரையும்

ரோமானிய மாவீரன் ஜூலியஸ் சீசரையும் ஒரே தட்டில் வைத்து சமமாகவே கருதுகின்றனர்.

ஸ்பெயினிலிருந்து ரோமாபுரிக்குத் திரும்பிய சீசருக்கு இரு முக்கியப் பிரச்னைகள் காத்திருந்தன. முதலாவது கடற் கொள்ளையர்களின் அட்டகாசம். பாம்பே மத்தியத் தரைக் கடல் பகுதியின் பொறுப் பாளராகப் பணியாற்றியபோது கடற் கொள்ளையர்களை முற்றிலுமாக அழித்ததுடன், ரோமானிய கடல் வாணிக வருமானத்தையும் பெருக்கினார். ஆனால் பாம்பே ரோமாபுரிக்குத் திரும்பியதைத் தொடர்ந்து கடற் கொள்ளையர்களின் அட்டகாசம் மீண்டும் ஆரம்பமானது. 400க்கும் அதிகமான கடற்கரை நகரங்களை அழித்ததுடன், வழிபாட்டுத் தலங்களையும் தீயிட்டுக் கொளுத்தினர். கப்பல்களையும் சேதப் படுத்தியதால் ரோமாபுரி நகரத்துடனான வாணிகமும் கடுமையான பாதிப்புக்கு உள்ளானது. இரண்டாவது பிரச்னை கிழக்குப் பகுதி ஆசியா மைனர் பகுதியில் மித்ரிடேட்ஸ் ஆதிக்கம் மீண்டும் தலை தூக்கியது. எனவே அவர்களையும் அடக்கித் தனது கட்டுப்பாட்டுக்குள் கொண்டு வர சீசர் திட்டமிட்டார்.

இரு முக்கியப் பிரச்னைகளைச் சமாளிக்க வேண்டிய சூழலில் கிமு 68-67 இல் சுல்லாவின் பேத்தியான பாம்பியாவைத் திருமணம் செய்து கொள்ள வேண்டிய கட்டாயம் சீசருக்கு ஏற்பட்டது. இந்தத் திருமணத்துக்கு முதலில் ஒப்புக்கொள்ள மறுத்தாலும், அரசியல் மாற்றம் காரணமாகச் சம்மதித்தார். அதே ஆண்டு க்யூரேட்டர் பதவியும். கிமு 65 இல் தெருக்கள், சந்தைகள், வழிபாட்டு இடங்கள், அரசுக் கட்டடங்கள் ஆகியவற்றைச் சுத்தமாக வைத்துக் கொள்ளும் க்யூரூல் ஏடில்ஸ் பதவியும், கிமு 62 பிரியேட்டர்ஷிப் பதவியும் சீசருக்கு வழங்கப்பட்டன. ஆனால் இப்பதவிகள் சீசரைத் தேடி வரவில்லை என்றும் அவை செல்வத்தையும், செல்வாக்கையும் பயன்படுத்தி வாங்கப்பட்ட பதவிகள் என்றும் அவரது அரசியல் எதிரிகள் கருதினர். அவர்களது கூற்றை மெய்ப்பிப்பதுபோல், இன்றைக்கு இருப்பது போல் அன்றைக்கும், பதவிகளைப் பிடிக்க லஞ்சம், அன்பளிப்பு ஆகியவை வாரி இறைக்கப்பட்டன. ஆடம்பரமாகச் செலவு செய்த வகையில் 1300 டேலெண்ட் மதிப்பில் சீசர் கடனாளி ஆனார்.

ஒரு காலத்தில் சுல்லாவைப் பரம எதிரியாகக் கருதி எதிர்த்த சீசர் இப்போது அதே சுல்லாவின் பேத்தியான பாம்பியாவைத் திருமணம் செய்து கொண்டது பலரை ஆச்சரியப்பட வைத்தது. தான் எடுத்து வைக்கும் ஒவ்வொரு அடியையும் சரியாகக் கணக்கிடும் சீசர் இத்திரு மணத்தின் மூலம் தன்னை முழுமையான அரசியல்வாதியாக வெளிப் படுத்திக் கொண்டார். திருமணத்தின் மூலம் பதவியைப் பெற முடியும்,

எதிரியைக்கூட நண்பனாக்கிக் கொள்ளமுடியும் என்பதை சீசர் நிரூபித்தார்.

சீசரின் மனைவியே ஆனாலும்... ரோமானியப் பெண்கள் ஒவ்வொரு ஆண்டும் போனா டியா என்னும் பெண் தேவதைக்கான திருவிழாவை மிக விமரிசையாகக் கொண்டாடுவார்கள். பெண்கள் மட்டுமே கலந்து கொள்ளும் பூஜை என்பதால் ஆண்களுக்கு அனுமதி இல்லை என்பது தான் இதிலுள்ள விசேஷம். பிரியேட்டர் ஒருவரைத் தேர்ந்தெடுத்து அவரது வீட்டில் ஆண் வாடையே இல்லாமல், பெண்கள் மட்டுமே கலந்துகொள்ளும் பூஜை நடைபெறும். அந்த ஆண்டு நடைபெறும் பூஜைக்கான இடமாக சீசரின் அரண்மனை தேர்வானது. குறிப்பிட்ட நாள் வந்தவுடன் சீசர் வீட்டிலிருந்த ஆண்கள் (நாய், சேவல், எருது உள்ளிட்ட ஆண் விலங்குகளும்) அனைவரும் வெளியேற்றப்பட்டனர். சீசரின் மனைவியான பாம்பியா தலைமையில் பெண்கள் தீவிர விரதமிருந்து பூஜைகளுக்கு ஏற்பாடு செய்தனர்.

ஆண்கள் நுழையக்கூடாது என்ற கடுமையான சட்டம் இருந்த போதிலும், க்ளாடியஸ் என்பவன் பெண் வேடமிட்டுத் திருட்டுத் தனமாக சீசர் வீட்டுக்குள் நுழைந்தான். அவனுக்கும் சீசர் மனைவி பாம்பியாவுக்கும் கள்ளத் தொடர்பு என்ற கிசுகிசு அவனது வருகை மூலம் உறுதிப்பட்டது. ஆண்கள் குறிப்பாக சீசர் இல்லாத சமயத்தில் பாம்பியாதான் அவனை வரச்சொல்லி இருந்தாள். ஆனால் வந்தவன் ஏதாவது ஓர் அறைக்குள் புகுந்து கொண்டு அமைதியாக இருந்திருக் கலாம். சும்மா இருக்காமல், பெண்கள் மட்டும் தனியாக என்ன செய்கிறார்கள் என்று தெரிந்துகொள்ளும் ஆவலில் வெளியே வர, சீசரின் அம்மா அரேலியா அவனைப் பார்த்து விட்டாள். சத்தம் போட்டு ஊரைக் கூட்டினாள். பூஜைக்கு வந்திருந்த எல்லாப் பெண்களும் ஒன்று கூடி க்ளாடியஸை அங்கிருந்து விரட்டியடித்தனர். பூஜை களங்கப் பட்டுப் பாதியில் நிறுத்தப்பட்டது. க்ளாடியாஸுக்கும் பாம்பி யாவுக்கும் அதுவரை அரசல் புரசலாக இருந்த காதல் அவனது அதீத ஆர்வக் கோளாறால் வெட்ட வெளிச்சமானது.

சீசர் ஆத்திரப்பட்டார். தன் மனைவியால் தனது புகழுக்குக் களங்கம் ஏற்பட்டதை எண்ணிப் புழுங்கினார். இந்த அசிங்கம் தனது பதவிக்கே வேட்டு வைத்து விடுமோ என்றும் அஞ்சினார். எனவே அவளுடனான உறவை முறித்துக்கொள்வதுதான் தனது எதிர்கால அரசியலுக்கு நல்லது என்று முடிவுடன், திருமணத்தை ரத்து செய்யக் கோரி அறிக்கை அனுப்பினார். சீசருக்கே பல திருமணமான பெண்களுடன் கள்ளத் தொடர்பு இருந்த நிலையில் அவன் பாம்பியாவின் தவறான நடத்தைக்காக விவாகரத்து கோரியது விந்தைதான்.

தனது மனைவிக்கும் இன்னொரு ஆணுக்கும் இடையே தவறான உறவு இருப்பதைப் பகிரங்கமாக ஒப்புக்கொள்வது அவமானம் என்று கருதியதால், தனக்கு எந்த விவரமும் தெரியாது என்று கடைசிவரை ஒப்புக்கொள்ளவே இல்லை. அப்படியானால் பாம்பியாவிடமிருந்து விவாகரத்து கோர வேண்டிய அவசியமென்ன என்று கேள்வி எழும் அல்லவா? அதற்கு சீசர் சொன்ன பதில் என்ன தெரியுமா? 'எனது மனைவியின்மீது சந்தேகத்தின் நிழல்கூட விழக்கூடாது. அவள் சந்தேகத்துக்கு அப்பாற்பட்டவளாக இருக்கவேண்டும் என்பதுதான் எனது விருப்பம். ஆனால் அப்படியொரு சந்தேகம் இப்போது வந்ததால்தான் அவளை விவாகரத்து செய்ய முடிவெடுத்தேன்!'

கிமு 63 இல் பாண்டிஃபெக்ஸ் மேக்சிமஸ் என்னும் தலைமைப் பூசாரி பதவிக்கு சீசர் போட்டியிட்டார். இது மதத் தலைவருக்கு இணையான ஆயுட்காலப் பதவியாகும். நியமனப் பதவி என்பதைவிட, வாக்களிப்பின் மூலம் பெறப்படும் பதவி ஆகும். நீண்ட கால அரசியல் அனுபவமும், அறிவும் கொண்ட மூத்தவர்களே இந்தப் பதவியை அலங்கரிப்பார்கள். ஆனால் இளைஞரான சீசர் பொறுப்புமிக்க ரோமானிய மதத்தின் தலைமைப் பூசாரி பதவியை ஏற்கப் போதிய அனுபவம் இல்லாதவர் என்று பலத்த எதிர்ப்பு கிளம்பியது. ஆனால் இந்தப் பதவி கௌரவமானது என்பதால் எப்பாடு பட்டேனும் அடைந்தே தீருவது என்பதில் சீசர் உறுதியாக இருந்தார்.

சீசரை எதிர்த்துப் போட்டியிட்டவர்கள் அனுபவமிக்க கேடுலஸ் மற்றும் செர்விலியஸ் ஆகியோர். தேர்தலில் வெற்றிபெற மூவருமே பணத்தை அள்ளித் தெளித்தனர். இருப்பினும், தேர்தலில் சீசரே மகத்தான வெற்றி பெற்றார். பதவியைப் பெற கொலை, கொள்ளை, லஞ்சம் என அனைத்தையும் செய்யத் துணிந்தார். தனது சக்தியை மீறிக் கடன் வாங்கி வாக்காளர்களுக்குப் பணத்தைக் கொட்டிக் கொடுத்தார். சீசரின் அயராத உழைப்பும், எதிரிகளை வீழ்த்த வகுத்த யுக்தியும் கைகொடுக்கவே, அபரிமிதமான ஆதரவுடன் தேர்தலில் மகத்தான வெற்றி பெற்றார். இதன்மூலம் பெருமைமிகு பாண்டிஃபெக்ஸ் மேக்சிமஸ் என்னும் தலைமைப் பூசாரி பதவியை அலங்கரிக்கும் கௌரவத்தையும் பெற்றார்.

கடன் கொடுத்தவர்கள் சும்மா இருப்பார்களா? தேர்தலில் வெற்றி பெற்றுப் பதவியையும் பெற்ற பிறகு, வாங்கிய பணத்தைத் திருப்பிக் கொடுக்காமல் சீசர் ரோமாபுரியை விட்டுச் செல்லக் கூடாது என்று நிர்பந்தித்தனர். சீசர் செய்வதறியாது குழம்பினார். கடனுக்கு யாராவது உத்தரவாதம் கொடுத்தால் ஸ்பெயினுக்குச் செல்லலாம் என்று கடன் தந்தவர்கள் ஒரு வழியாக இறங்கி வந்தனர். இந்த இக்கட்டான நேரத்தில் சீசருக்குக் கை கொடுத்து உதவியது யார் என்று சொன்னால்

ஆச்சரியமாக இருக்கும். ஆம், தனது மனைவி பாம்பியாவின் காதலன் என்று வர்ணிக்கப்பட்ட க்ளாடியஸ்தான் இக்கட்டான சூழலில் சீசர் வாங்கிய கடனுக்கு உத்தரவாதம் அளித்தான்.

சீசர் மீதுள்ள அக்கறையில்தான் க்ளாடியஸ் செய்தான் என்பதைக் குழந்தைகூட நம்பாது. சீசர் ஸ்பெயினுக்குப் புறப்பட்டுப் போனால் மீண்டும் பாம்பியாவுடன் இணையலாம் என்பதுகூட க்ளாடியஸின் திட்டமாக இருக்கலாம். ஆனால் சீசரின் இப்போதைய உடனடித் தேவை பணம். அதைக் கடன்காரனுக்குக் கொடுத்தால்தான் ஸ்பெயினுக்குச் செல்லமுடியும். அடுத்தடுத்து பதவி உயர்வுகளையும் பெறமுடியும். எனவே க்ளாடியஸ் தனது மனைவியின் காதலன் என்று தெரிந்துகொண்டே அவன் செய்த உதவியை வெட்கமின்றி ஏற்றுக் கொண்டார் சீசர்.

கிமு 61 இல் பாண்டிஃபெக்ஸ் மேக்சிமஸ் பதவியைத் தொடர்ந்து க்வெஸ்டராகப் பணியாற்றிய அதே ஸ்பெயின் நாட்டின் பிரியேட்டர் அதாவது ஆளுநர் பதவிக்கான தேர்தலும் வந்தது. இந்தப் பதவியைப் பிடிக்கவும் சீசர் அனைத்துத் தந்திரங்களையும் குறுக்கு வழிகளையும் பின்பற்றி ஓர் அரசியல்வாதி போலவே செயல்பட்டார். தனது சொத்து களை மட்டுமின்றி, மனைவியின் சொத்துகளையும் அடமானம் வைத்து பிரியேட்டர் தேர்தலில் வெற்றி பெற்றார்.

பாம்பேயைப் போன்று சுல்லாவின் நம்பிக்கையைப் பெற்ற க்ராசஸும் ரோமாபுரியின் பணக்காரர்களுள் ஒருவரானார். நேரடி அரசியலில் இருந்து ஒதுங்கிக் கொண்டாலும், தேர்தல் செலவுகளுக்கு அரசியல் வாதிகளுக்குக் கடன் கொடுத்து மறைமுகமாகத் தனக்கு வேண்டி யதைச் சாதித்துக் கொண்டார். சம்பந்தப்பட்ட அரசியல்வாதிக்குப் பதவி கிடைத்ததுடன் அவரது அதிகாரத்தைப் பயன்படுத்தி கடன் கொடுத்த தொகையைவிடப் பல மடங்கு சம்பாதிப்பது இவரது வழக்கம். சீசர் தனது தேர்தல் செலவுகளுக்கு இவரையும் விட்டு வைக்காமல் கடன் வாங்கினார். பதிலுக்கு சீசர் வெற்றி பெற்றவுடன் க்ராசஸ் அவரது செல்வாக்கையும், பதவியையும் தனக்குச் சாதக மாக்கிக் கொண்டார்.

மற்றபடி, ஸ்பெயினில் சீசரின் அன்றாட வாழ்க்கை மது, மாது என கழிந்தது. மீண்டும் மீண்டும் கடன் வாங்கிச் செலவழிக்கும் அளவுக்குப் போதை தலைக்கேறியது.

சீசர் ஸ்பெயினில் இருந்தபோது க்ளாடியஸ் மீதான வழக்கு விசாரணைக்கு வந்தது. சீசரின் அம்மா அரேலியாவும், சகோதரிகளில் ஒருத்தியும், க்ளாடியஸ் திருட்டுத்தனமாக உள்ளே நுழைந்ததை உறுதிப்

படுத்தினர். ஆனால் சம்பவம் நடைபெற்ற அன்று அவர் ரோமாபுரியில் இருந்து வெகு தூரம் தள்ளி இருந்தார் என்றும் வெளியூரில் இருந்ததற்கு அத்தாட்சியாக ஆவணம் ஒன்றையும் க்ளாடியஸ் வழக்கறிஞர்கள் சமர்ப்பித்தனர். க்ளாடியஸுக்குச் சாதமாகத் தீர்ப்பளிக்க லஞ்சம், மதுபானம், அழகிய இளம் பெண்களுடன் உல்லாசம் என தரும நியாயங்களுக்குப் புறம்பான விஷயங்கள் அரங்கேறின. பிறகென்ன? குற்றச்சாட்டை உறுதிப்படுத்த போதிய ஆதாரங்கள் இல்லாத காரணத் தாலும், சம்பவம் நடைபெற்ற அன்று க்ளாடியஸ் ஊரிலேயே இல்லை என்பது சந்தேகத்துக்கு இடமின்றி நிரூபிக்கப்பட்டதாலும், அவர் நிரபராதி என்று நீதிமன்றம் தீர்ப்பளித்து விடுதலை செய்தது.

ஸ்பெயினில் சீசர் பிரியேட்டராக இருந்தபோது நடைபெற்ற நிகழ்ச்சிகள் குறித்த விவரங்கள் அதிகம் கிடைக்கவில்லை. முன்பொரு முறை கிழக்குப் பகுதி ஆளுநரும், தளபதியுமான தெர்மஸ் அரசரின் கீழ் பணியாற்றிய காலத்தில் கடல் கொள்ளையர்களிடம் பிடிபட்டதும் பின்னர் தந்திரமாக விடுவித்துக்கொண்டு அனைவரையும் கொன்று குவித்ததும் சீசர் நெஞ்சில் நிழலாடின. ஸ்பெயினில் இருந்தபோது தனது வீரர்களைக் கொண்டு லெஜியன் எனப்படும் ராணுவப் பிரிவை உருவாக்கினார். புதிய லெஜியனை உருவாக்கவேண்டுமெனில் செனேட் மற்றும் பாப்புலர் அசெம்பிளி ஆகியவற்றின் அனுமதியைப் பெறவேண்டியது அவசியம். ஆனால் சீசர் துணிந்து லெஜியனை உருவாக்க முடிவெடுக்கக் காரணம் தன்னைச் சாதாரணமானவன் என்று மற்றவர்கள் எடை போடக்கூடாது என்பதுதான். சீசர் உருவாக்கிய லெஜியனை செனேட் முதலில் ஏற்றுக்கொள்ளத் தயங்கினாலும், கடைசியில் அதை ரோமாபுரியின் பத்தாவது லெஜியனாக அங்கீ கரித்தது. மத்தியத் தரைக் கடல் கிழக்கு மற்றும் கடலோர ஸ்பெயின் நாட்டின் பழங்குடியினர் ஆகியோரை சீசர் இந்த லெஜியனின் உதவியுடன்தான் தோற்கடித்தார்.

கவுன்சல் தேர்தலில் வெற்றி

ஒரு வருட காலம் ஸ்பெயின் கவர்னராகப் பதவி வகித்த பிறகு ரோமாபுரிக்குத் திரும்பும் நிகழ்வை ஒரு வெற்றி விழாவாகக் கொண்டாடவேண்டும் என்று சீசர் துடித்தார். அரசியல் ரீதியாகத் தன்னை நிலைநிறுத்திக்கொள்ள கவுன்சல் தேர்தலில் போட்டியிடுவது என்றும் தீர்மானமாக இருந்தார். இவருக்குப் போட்டியாக அதே பதவிகளுக்கு பிபுலஸும் லூசியஸும் களத்தில் குதித்தனர். இவர்களில் பிபுலஸ் பணக்காரக் குடும்பத்தில் பிறந்தவர். ஆனால் பிபுலஸுடன் ஒப்பிடும் அளவுக்கு லூசியஸுக்கு செல்வாக்கோ செல்வமோ இல்லை என்றாலும் ஓரளவு வசதியானவர்தான். எனவே

பிபுலஸை எதிர்க்க, லூசியஸுடன் இணைந்து செயல்பட சீசர் முடிவு செய்தார். தனது செல்வாக்கும், லூசியஸின் செல்வமும் இணைந்தால் இருவருக்குமே பரஸ்பரம் வெற்றி கிடைக்கும் என்று சீசர் கணக்குப் போட்டார். கவுன்சல் பதவிக்கான வேட்பு மனு தாக்கல் செய்ய கடைசி நாளும் நெருங்கிவிட்டதால் அவசர அவசரமாக ரோமாபுரிக்குக் கிளம்பினார்.

போர்களில் வெற்றி பெற்றதன்மூலம் சீசரின் செல்வாக்கு அபரிமித மாகப் பெருகியிருந்தது. அவரை வீழ்த்த வேண்டுமானால் ஒரே வழிதான் உள்ளது. கவுன்சல் தேர்தலில் போட்டியிட வேட்பு மனு தாக்கல் செய்ய விரும்புவோர் செனேட் அவைக்கு நேரில் வந்து அங்குள்ள பொறுப்பாளர்களிடம் விண்ணப்பத்தைத் தர வேண்டும் என்பது சட்ட விதி. எனவே சீசரை வேட்பு மனு தாக்கல் செய்ய விடாமல் தடுத்துவிட்டால் போதும். நிர்ணயிக்கப்பட்ட காலக் கெடுவுக்குள் வேட்பு மனுவைத் தாக்கல் செய்யாவிட்டால் இறுதி வேட்பாளர் பட்டியலில் அவரது பெயர் இடம் பெறாது. அத்துடன் அவரது அரசியல் வாழ்க்கையும் கேள்விக்குறியாகிவிடும். சீசரை வீழ்த்த இப்படித்தான் அவரது அரசியல் எதிரிகள் திட்டமிட்டனர். தேர்தல் நேரத்தில் இப்போது நடைபெறும் அனைத்து முறை கேடுகளும் ஈராயிரம் ஆண்டுகளுக்கு முன்பே ரோமாபுரியில் அரங்கேறின. சீசருக்கு எதிராகக் குரலை உயர்த்திய செனேட்டர்களுள் முக்கியமானவர் கேடோ. வழக்கமாகச் சுருக்கமாகவும், தெளி வாகவும் பேசும் கேட்டோ அன்றைக்கு உப்புச் சப்பில்லாமல் தனது பேச்சை வளர்த்துக்கொண்டே போனார். கவுன்சல் பேசும் போது யாரும் எழுந்து செல்லவோ, பேச்சை நிறுத்தச் சொல்லவோ கூடாது என்பதால் கேட்டோவின் பேச்சு சுவாரஸ்யமில்லாமல் மதிய உணவு இடைவேளையைத் தாண்டி மாலை வரை நீண்டுகொண்டே போனது. செனேட் உறுப்பினர்கள் சூழ்நிலைக் கைதிகளாக இருக்கைகளில் நெளிந்து கொண்டிருந்தனர். அவரது நடவடிக்கைகள் வழக்கமான பாணியிலிருந்து விலகி வித்தியாசமாக இருந்ததால், அவர் தெரிந்தே ஏதோ உள் நோக்கத்துடன்தான் பேசுகிறார் என்பது மட்டும் அவர்களுக்குப் புரிந்தது.

இவ்வளவு பிரச்னைகளுக்கு இடையே சீசரின் தொடர் வெற்றி களுக்கான பாராட்டு விழா முன்னேற்பாடுகள் ரோமாபுரியில் தடபுடலாக அரங்கேறிக் கொண்டிருந்தன. சீசர் யோசனையில் ஆழ்ந்தார். ‘பாராட்டு விழாக்களில் வாழ்த்துரைகளைக் கேட்டுக் கொண்டும், ஏற்புரையை நிகழ்த்திக் கொண்டும் இருந்தால் குறிப்பிட்ட நேரத்துக்குள் வேட்பு மனுவைத் தாக்கல் செய்ய முடியாது. தேர்தலில் போட்டியிடுவதற்கு முன்பாக நடைபெறும் பாராட்டு விழாக்களில்

கலந்து கொள்வதைவிட கவுன்சலாகத் தேர்ந்தெடுக்கப்பட்ட பிறகு வெற்றி விழாவில் கலந்து கொள்வதுதான் இன்னும் சிறப்பு. ஆகவே கவுன்சல் தேர்தலுக்கான வேட்பு மனு தாக்கல் செய்வதை முதலில் முடிப்போம், சீசர் எடுத்த முடிவு இது.

வேட்பு மனு தாக்கல் செய்ய நிர்ணயிக்கப்பட்ட காலக்கெடு சிறிதே மீதமுள்ள நிலையில் கேட்டோ தனது நீண்ட பேச்சை ஒருவழியாக முடித்துக்கொண்டார். ‘இருப்பது இன்னும் கொஞ்ச நேரமே.. அதற்குள் சீசர் எங்கே வரப் போகிறார்? சீசர் விளம்பரப் பிரியர். தன்னை எப்போதும் யாராவது புகழ்ந்து கொண்டே இருக்க வேண்டும் என்பதில் அவருக்குக் கொள்ளை ஆசை. எத்தனை விழாக்கள் எடுத்தாலும் சளைக்காமல், பாராட்டு மழையில் நனைந்து கொண்டிருக்கவே விரும்புவார். புகழ் என்பது ஒரு போதை. இதற்கு மயங்காதவர்கள் இருக்க முடியுமா? இந்த மயக்கத்தில் அவர் வேட்பு மனு தாக்கல் செய்யவேண்டும் என்பதை மறந்தே போய்விடுவார். வேட்பு மனு தாக்கல் செய்ய சீசர் வருவது சந்தேகம்தான். திட்டமிட்டு பேச்சை வளர்த்து செனேட்டர்களை எழுந்து செல்லாமல் தடுத்தது எதிர்பார்த்த பலனைத் தரப் போகிறது’ சீசரை பழி தீர்த்துக் கொண்ட மகிழ்ச்சியில் கேட்டோ மிதந்தார்.

கேட்டோ உள்பட அவரது அரசியல் எதிரிகள் யாருமே எதிர்பார்க்காத அந்தக் கடைசி நேரத்தில் சீசர் எங்கிருந்தோ, எப்படியோ, செனேட் மண்டபத்துக்குள் புயலென நுழைந்தார். காலக்கெடு முடிவதற்குள் தனது வேட்பு மனுவைத் தாக்கல் செய்து அனைவரையும் வியப்பில் ஆழ்த்தினார். கேட்டோ அதிர்ச்சியில் நொந்து போனார். அப்புறம் என்ன? கடைசி துளி நேரம் மிச்சமிருந்தால்கூட வேட்பாளர் மனுவை ஏற்றுக்கொள்ளவேண்டும் என்பது ரோமாபுரியின் சட்டம் என்பதால் சீசரின் வேட்பு மனு எந்த ஆட்சேபணையும் இல்லாமல் ஏற்றுக் கொள்ளப்பட்டது.

கேட்டோ நாள் முழுவதும் பேசி செனேட் உறுப்பினர்களின் வெறுப்பைச் சம்பாதித்துக் கொண்டதுதான் மிச்சம். அவரது திட்டம் அனைத்தும் தவிடு பொடியானது. ‘சாதாரணமாகவே சீசர் துள்ளிப் பாயும் வேங்கை. கவுன்சலும் ஆகி விட்டால் அவ்வளவுதான். இனி வானளாவிய அதிகாரத்துடன் உலா வருவதைத் தடுக்க முடியாது. தட்டிக் கேட்கவும் ஆள் இருக்காது’ மனதுக்குள் பொருமியவாறே கேட்டோ அமைதியானார்.

தேர்தல் முடிவுகள் எப்படியிருக்கும் என்று சொல்லத் தேவையில்லை. சீசர் எதிர்பார்த்ததுபோல் மகத்தான வெற்றி பெற்றார். ஆனால் அவருடன் இணைந்து பிரசாரம் செய்தவரும், ஆதரவாளருமான

லூசியஸ் தோல்வி அடைந்தார். வசதியான பின்புலத்தைக் கொண்ட பிபுலஸ் வெற்றி பெற்றார். கவுன்சல் பதவி வெற்றி மூலம் ரோமாபுரியின் செல்வாக்கு பெற்ற மூவருள் சீசரும் இடம் பெற்றார். முதலாமிடம் சந்தேகமில்லாமல் பாம்பேவுக்குத்தான். இரண்டாமிடம் க்ராஸஸுக்கு.

ஆனால் சீசர் மூன்றாமவராக நீடித்திருக்க விரும்பவில்லை. இது தொடக்கம்தான். சரித்திரத்தில் தனது பெயர் பொன் எழுத்துக்களால் பொறிக்கப்பட வேண்டும். ரோமாபுரியின் சர்வ வல்லமை பொருந்தியவர் என்ற புகழையும், பெருமையையும் பெறவேண்டும் என்பதே அவரது கனவும், லட்சியமும் ஆகும். இருப்பினும் முதலிடத்தை நோக்கி முன்னேறுவது என்பது உடனடி சாத்தியமில்லை, அவ்வளவு சுலபமுமில்லை என்பதையும் அவர் தெரிந்தே வைத்திருந்தார். எனவே சீசர் முதலிடத்தைக் கைப்பற்றக் கடுமையான போராடங்களுக்குத் தன்னைத் தயார்படுத்திக் கொண்டார். மேரியஸ் மற்றும் சின்னா ஆகியோரின் வாரிசாகத் தன்னைப் பிரகடனப்படுத்திக் கொண்டு செல்வாக்கைப் படிப்படியாக விரிவுபடுத்தத் தொடங்கினார். 39 வயதில் சீசர் சாதித்தது அதிகம் என்றாலும் அலெக்சாண்டரைப் போல் ஆகவேண்டும் என்று தனக்குத்தானே நிர்ணயித்துக் கொண்ட இலக்கை இன்னும் எட்டவில்லை என்றுதான் கூறவேண்டும்.

மத குருவுக்கு இணையான பாண்டிஃபெக்ஸ் மேக்சிமஸ் பதவியும், போர்களில் கிடைத்த மகத்தான வெற்றியும், சீசருக்கு மக்கள் மத்தியில் மிகப் பெரிய கௌரவத்தைப் பெற்றுத் தந்தது. இதன் காரணமாக அவர் கவுன்சல் பதவியையும் பெற்றார். ரோமானிய அரசியலில் சீசரின் பெயரும், புகழும் உச்சத்தை நோக்கிக் கொஞ்சம் கொஞ்சமாக முன்னேற ஆரம்பித்தது. அரசு சார்பாக நடைபெறும் கூட்டங்களுக்கும், விவாதங்களுக்கும் தலைமை தாங்குதல், செனேட் கூட்டங்களை வழிநடத்துதல் என கௌரவமும் அதிகாரமும் நிறைந்த பதவி கவுன்சல் பதவிதான். அவருடைய கனவு வேறு. உலகின் பல நாடுகளில் பரவியிருக்கும் ரோமானிய சாம்ராஜ்ஜியத்தின் சக்கரவர்த்தியாக வேண்டுமென்பதுதான் சீசரின் தணியாத தாகம்.

மகளைப் பகடைக்காய் ஆக்கினார்

கிமு 78 இல் பிறந்த ஜூலியஸ் சீசரின் மகள் ஜூலியா திருமண வயதை எட்டியிருந்தாள். சீசரின் மனைவி கார்னெலியா கிமு 69ல் இறந்ததைத் தொடர்ந்து சீசரின் அம்மா ஆரேலியா, அதாவது ஜூலியாவின் பாட்டி தான் அவளைக் கண்ணும் கருத்துமாக வளர்த்து வந்தாள். நோபிள் பதவியிலிருந்த கேபியோ என்னும் இளைஞருக்குத் திருமணம் முடிக்க

முடிவு செய்து ஏற்பாடுகளும் தடபுடலாக நடைபெற்றன. ஆனால் திடீரென சீசர் தனது முடிவை மாற்றிக்கொண்டு பாம்பேவுக்குத் தனது மகள் ஜூலியாவை மணமுடிக்க முடிவெடுத்தார். இது அவரது குடும்ப உறுப்பினர்கள் உள்பட பலரை அதிர்ச்சிக்குள்ளாகியது. சீசரை விடவே பாம்பே சில ஆண்டுகள் மூத்தவர் என்னும்போது ஜூலியா அவரது மகளைப் போன்றவர். மேலும் பாம்பேவும் அப்போதுதான் தனது மனைவி ம்யூசியாவை விவாகரத்து செய்திருந்தார். ஆனாலும் சீசர் தனது முடிவிலிருந்து மாறவேயில்லை. பலத்த எதிர்ப்புகளுக்கு இடையே கிமு 59 இல் பாம்பேவுக்கும், சீசர் மகள் ஜூலியாவுக்கும் திருமணம் வெகு சிறப்பாக நடந்தேறியது. பாம்பே, க்ராசஸ் மற்றும் சீசர் என அதிகார வரிசையில் மூன்றாமிடத்தில் இருந்த சீசர் தனது மகளைப் பாம்பேவுக்குத் திருமணம் செய்து கொடுத்ததன் மூலம் அதிகாரத்தில் பாம்பேவுக்கு இணையாகவும், மாமனார் என்ற முறையில் பாம்பேயின் மரியாதைக்கு உரியவராகவும் ஆனார். அதிகாரத்தைக் கைப்பற்ற தனது சொந்த மகளையே பகடைக்காயாகப் பயன்படுத்தவும் சீசர் தயங்கவில்லை என்பதற்கு இதுவே சரியான உதாரணமாகும். உருவத்தில் பாம்பேவும் ஜூலியாவும் தந்தை மகள் வயது வித்தியாசத்துடன் காணப்பட்டாலும், மனமொத்த தம்பதிகளாகவே வாழ்க்கை நடத்தினர்.

மகளுடைய திருமணத்தை முடித்த கையோடு பிசோ என்னும் நோபிளின் மகளான கேல்பூர்னியாவை சீசர் மூன்றாவதாகத் திருமணம் செய்து கொண்டார். அவளுடைய வயது 14-16 என்று வைத்துக் கொண்டாலும் சீசர் மகளான ஜூலியாவைவிட வயதில் குறைந்தவள். செனேட் உறுப்பினர்களுள் பிசோ முக்கியமானவர் என்பதால் அவருடைய முழுமையான ஆதரவைப் பெறுவதற்கே சீசர் அவரது மகளைத் திருமணம் செய்து கொண்டார்.

அக்காலத்தில் இத்தகைய திருமணங்கள் சர்வ சாதாரணம் என்பதால் ரோமானிய சமூகம் அவற்றை ஏற்றுக்கொண்டது. இந்த வாய்ப்பை சீசர் நன்கு பயன்படுத்திக்கொண்டார்.

நிலச் சீர்திருத்தம்

சீசர் முதன் முதலில் அறிமுகப்படுத்திய மசோதா நிலச் சீர்திருத்தம் தொடர்பானது. வேலை தேடி வெளியூர்களுக்குப் பயணித்த மக்கள் தங்கள் நிலங்களை அடிமாட்டு விலைக்கு விற்றுவிட்டு வெளியேறினார்கள். ஒரு கட்டத்தில் சொந்த ஊர்களுக்குத் திரும்ப எண்ணிய போது மீண்டும் குடியிருக்கவும், விவசாயம் செய்யவும் அவர்களுக்குக் கொடுக்க அரசாங்கத்திடம் வீடுமில்லை, நிலமுமில்லை. அதேபோல்

போரில் வெற்றி பெற்ற வீரர்களுக்கு நிலம் ஒதுக்குவதாக அளித்திருந்த உறுதிமொழியையும் சீசரால் நிறைவேற்ற முடியவில்லை. இதற்குக் காரணம் பெரும்பாலான நிலங்கள் செனேட்டர்கள் மற்றும் பணக் காரர்கள் வசம் இருந்தன. குறிப்பாக ஏராளமாக நிலங்களை வளைத்துப் போட்டிருந்த பாம்பே, அவற்றை அதிக விலைக்கு விற்று லாபம் சம்பாதிக்கலாம் என்று திட்டமிட்டிருந்தார். எனவே இவர்களிடமிருந்து நிலத்தை வாங்கி ஏழைகளுக்குக் குடியிருப்பு மனைகளையும், விவசாய நிலங்களையும் வழங்கவே நிலச் சீர்திருத்தச் சட்ட மசோதாவைச் சீசர் அறிமுகப்படுத்தினார்.

நிலச் சீர்த்திருத்த மசோதா மீதான காரசாரமான விவாதம் செனேட்டில் நடைபெற்றது. விவாதத்தில் கலந்து கொண்டு உரையாற்ற எதிர்க்கட்சி உறுப்பினர் என்ற முறையில் பிபுலஸுக்கு வாய்ப்பு அளிக்கப்பட்டது. மசோதாவை எதிர்த்துப் பேசிய பிபுலஸ் இதன்மூலம் சீசரும், பாம்பேவுமே பலனடைவார்கள் என்பதால், சட்டமாக நிறைவேற ஒருபோதும் அனுமதிக்க மாட்டேன் என்று சூளுரைத்தார். இது சீசருக்கு அதிர்ச்சி அளித்தது. இருந்தாலும் சமாளித்துக் கொண்டு பிபுலஸுக்கும் தனக்கும் தனிப்பட்ட முறையில் பிரச்னைகள் இருந்தாலும், நாட்டின் நலனுக்காக மக்கள் மன்றத்தில் அவற்றை விவாதிக்க விரும்பவில்லை என்று பொறுமையாகப் பதிலளித்தார். அரசியல் விரோதங்கள் இருப்பினும் தான் பெருந்தன்மையானவன் என்று காட்டிக் கொள்ளவும், சுயநலத்தைவிடப் பொது நலமே தனக்கு முக்கியம் என்பதை மக்கள் நம்ப வேண்டும் என்பதற்காகவும் சீசர் அடக்கி வாசித்தார்.

பிபுலஸைத் தொடர்ந்து பாம்பேவும் க்ராசஸும் பேச அழைக்கப் பட்டனர். சட்டமாக நிறைவேறினால் தனக்குத்தான் லாபம் என்பதைத் தெரிந்து கொண்ட பாம்பே மசோதாவையும், அதை அறிமுகப்படுத்திய சீசரையும் வாயாரப் புகழ்ந்தார். மசோதாவில் இடம்பெற்ற ஒவ்வொரு அம்சத்தையும் விவரமாக விளக்கினார். பொது மக்கள் பெருமளவில் இதனால் பலனடைவார்கள் என்றதுடன், சட்டமாக நிறைவேற்ற எதிர்க்கட்சிகளை மக்கள் நிர்பந்திக்க வேண்டும் என்றும் கூறினார். பாம்பேயைத் தொடர்ந்து க்ராசஸும் மசோதாவுக்குத் தனது முழு ஆதரவைத் தெரிவித்தார். பிபுலஸ் எதிர்ப்பையும் மீறி, சீசர் அறிமுகப் படுத்திய நிலச் சீர்திருத்த மசோதா ஏக மனதாகச் சட்டமாக நிறை வேறியது. பாம்பேவுக்குத் தனது மகளைத் திருமணம் செய்து கொடுத்தது அரசியல் ரீதியாகச் சீசருக்கு நன்கு உதவியது. க்ராசஸுக்குத் தேவை பணம், சொத்து, நிலம் ஆகியவைதான். எனவே தேவையான வற்றைக் கொடுத்து அவரைச் சரிக்கட்டுவதும் சீசருக்கு எளிதாகிப் போனது. இவர்கள் இருவரும் சீசருக்கு இணக்கமாகப் போக, பிபுலஸ் தனிமரமானார்.

பாம்பேவின் அதிகாரம் பலம், க்ராசஸின் பணம் பலம் இரண்டையும் பயன்படுத்திக் கொண்டு நினைத்ததைச் சாதிக்க வேண்டும் என்பதுதான் சீசரின் திட்டம். பாம்பேவும், க்ராசஸும் அடிக்கடி மோதிக் கொள்வது சீசருக்கு இன்னும் வசதியாகிப் போனது. எனவே இருவரும் எந்தக் காலத்திலும் ஒன்றாக இணையக் கூடாது என்பதில் உறுதியாக இருந்தார். பிரித்தாளும் சூழ்ச்சியிலும் வெற்றி கண்ட சீசருக்கு அரசியல் கைவந்த கலையாகிப் போனது.

'நீங்கள் இருவரும் ஒருவருடன் மோதிக் கொள்வதைவிட என்னோடு சேருங்கள். நாம் மூவரும் சேர்ந்து ரோமாபுரியின் தலையெழுத்தையே மாற்றிக் காட்டுவோம். ரோமாபுரி உங்கள் இருவருக்கும் அளிக்க வேண்டிய மரியாதையை இதுவரை அளிக்கவில்லை. அதிகாரத்தை நாம் யாரிடமும் கெஞ்சிப் பெற வேண்டிய அவசியமில்லை. அதை நாமே எடுத்துக் கொள்வோம்' என்று ஆசை வார்த்தை கூறி, பேச்சு சாமர்த்தியத்தால் இருவரையும் தனது ஆதரவாளர்களாக ஆக்கிக் கொண்டார். அவர்கள் இருவரும் ஒருவருக்கு ஒருவர் அடித்துக் கொண்டாலும் சீசரின் தலைமையை முழுமையாக ஏற்றுக் கொண்டார்கள்.

4

கௌல் பகுதிகளின் கவுன்சலானார் சீசர்

கி.மு. 59 ஆம் ஆண்டு சீசர் கவுன்சலாக நியமிக்கப்பட்டதைத் தொடர்ந்து சிசால்ஃபைன் கௌல் (வடக்கு பிரான்ஸ்) மற்றும் டிரான்சால்பைன் கௌல் (தெற்கு பிரான்ஸ்) ஆகியவற்றின் பொறுப்பாளரானார். நடு வயதை எட்டியிருந்த சீசர் செய்யாத சாதனைகளை, முப்பது வயதிலேயே மேரியஸும், பாம்பேயும் அரங்கேற்றி இருந்தனர். சீசருக்கு இது குற்ற உணர்ச்சியாகவே இருந்தது. எனவே செனேட்டைத் தனது கட்டுப்பாட்டுக்குள் கொண்டு வரவும், மக்களின் மகத்தான ஆதரவைப் பெறவும் ராணுவ ரீதியாகப் பல போர்களில் வென்று சாதனை படைக்க வேண்டும் என்ற வெறித்தனம் தலைக்கேறியது. வெற்றிகளைக் குவித்த பிறகே ஊர் திரும்பவேண்டும் என்றும் அதுவரை ரோமாபுரி மண்ணில் கால் பதிக்கமாட்டேன் என்றும் சபதமெடுத்தார். ரோமாபுரியை விட்டு வெளியேறி, இத்தாலிக்கு வடக்கே ஆல்ப்ஸ் மலைப் பகுதிகளைத் தாண்டி அமைந்துள்ள கௌல்களை நோக்கிப் பயணித்தார்.

தான் உருவாக்கிய புதிய லெஜியன் ராணுவப் பிரிவு இளமைத் துடிப்புடன் எதிரிகள் எப்போது போர் தொடுத்தாலும் பதிலடி கொடுக்கத் தயார் நிலையில் இருப்பது கண்டு சீசர் மகிழ்ந்தார். இன்னும் சொல்லப் போனால் ஆல்ப்ஸ் மலைகளில் வாழும் ஹெல்வெட்டி, பெல்கே, காலிக், அக்விடானி ஆகிய காலிக் பழங்குடி மக்களுடன் போரிட்டு அவர்களை வீழ்த்தவேண்டும் என்ற தாகமும் லெஜியனிடம் இருந்தது அவருக்குக் கூடுதல் உத்வேகத்தை அளித்தது. இதற்குக்

காரணம் கிமு 300 இல் வட இத்தாலி ஆல்ஃப்ஸ் மலைப் பகுதிகளிலிருந்து தெற்கு இத்தாலி வரை ஊடுருவிய காலிக் மக்கள் ரோமாபுரியை நிர்மூலமாக்கி இருந்தனர். அவர்களைப் பழிவாங்க இப்போதுதான் ரோமானியர்களுக்கு நல்ல தருணம் கிடைத்துள்ளது என்று சீசர் உள்ளம் பூரித்தார்.

சீசர் உருவாக்கிய லெஜியன் கடுமையான பயிற்சி பெற்ற சுமார் 6000 வீரர்களைக் கொண்டதாகும். இவை மேனிபிள், சென்சுரி உள்ளிட்ட பல பிரிவுகளைக் கொண்டதாகும். ஒவ்வொரு செஞ்சுரியிலும் 100 அதிரடி வீரர்கள் இருந்தனர். ரோமானிய ராணுவத்தின் முதுகெலும்பாக விளங்குவதும் இந்த செஞ்சூரியன் பிரிவுதான்.

புதிய தொழில்நுட்பங்களிலும் போர் முறைகளிலும் ரோமானியர்கள் நிபுணர்கள். பாறாங்கற்களையும், நெருப்பு உருண்டைகளையும் எதிரிகள் மீது வீசுவதற்கு நவீன எந்திரங்களை வடிவமைத்திருந்தனர். இரவு நேரங்களில் எதிரிகளின் தாக்குதலில் இருந்து தப்பிக்க விரைவாகப் பதுங்கு குழிகளை வெட்டுவதிலும் தேர்ந்தவர்கள். இவர்கள் கைகளில் கேடயமும் குத்து வாளும் எப்போதுமிருக்கும்.

போருக்குப் புறப்படும் வீரர்கள் மேற்கொள்ளும் பாதுகாப்பு ஏற்பாடுகள் பொதுவானவை என்றாலும் சீசருக்கு அவை அழகாகப் பொருந்தின. எதையும் திட்டமிட்டுச் செய்வது அவருடைய பழக்கம் என்பதால் அதில் நேர்த்தியும் வசீகரமும் வெளிப்பட்டன. காலியா என்னும் கிரீடம், லோரிகா என்னும் மார்புக் கவசம், ஸ்கூடம் என்னும் கேடயம், காதில் குண்டலங்கள், இடுப்பில் க்ளாடியஸ் என்னும் குறுவாள், விரல்களில் விலை உயர்ந்த மோதிரங்கள், கால்களில் காலிகே என்னும் தோலால் தயாரிக்கப்பட்ட காலணி ஆகியவற்றை அணிந்துகொண்ட பிறகே களம் இறங்குவார். சூரிய ஒளியில் மோதிரங்களும் கிரீடமும் கவசக்குண்டலங்களும் மின்ன, ரோமானியப் போர்க் கடவுளான மார்ஸ் பூமியில் தரை இறங்கி வந்துவிட்டதோ என எதிரிகள் மிரண்டுவிடுவார்கள்.

ஹெல்வெட்டி பழங்குடி மக்களின் குடியிருப்புதான் இத்தாலியின் வடக்குப் பகுதியிலிருக்கும் இன்றைய சுவிட்சர்லாந்து ஆகும். இத்தாலியின் தெற்குப் பகுதியில் குடியேற முடிவுசெய்து பெரும் எண்ணிக்கையில் சுவிட்சர்லாந்திலிருந்து கூட்டம் கூட்டமாக பயங்கர ஆயுதங்களுடன் ஹெல்வெட்டி மக்கள் புறப்பட்டனர். ஜூலியஸ் சீசரைத் தவிர வேறு யாரேனும் இருந்திருந்தால் அவர்களது படை பலத்தைக் கேட்டவுடனேயே ஒதுங்கிக் கொண்டிருப்பார்கள். ஆனால் தனது மூதாதையர்கள் முந்நூறு ஆண்டுகளுக்கு முன் செய்த தவறை இப்போது தானும் செய்ய விரும்பாமல் அவர்களை எதிர்த்துப் போரிடத் துணிந்து முடிவெடுத்தார் சீசர்.

மேலும் காலிக் மக்களின் ஒரு பிரிவான ஹெல்வெட்டியை அனுமதித்தால், மற்ற பிரிவினர்கள் தெற்கு இத்தாலியில் ஊடுருவ அதுவே முன்னுதாரணமாகி விடும். எனவே அவர்களை எப்படியேனும் தடுத்து நிறுத்தி வெற்றி கொள்வதில் உறுதியாக இருந்தார். ஜெனிவா ஏரி மற்றும் ஜூரா மலைகளுக்கு இடையேயுள்ள ரோன் பள்ளத்தாக்கில் 5 மீட்டர் உயரத்தில், 18 மைல் நீளத்துக்கு நீண்ட நெடிய சுவரை எழுப்பிக் கோட்டை கட்டினார். கோட்டைச் சுவரைச் சுற்றி ஆழமான அகழியை வெட்டி அதில் மனித வாடை அடித்தாலே மூர்க்கத்தனமாகத் தாக்கிக் கொல்லும் நூற்றுக்கணக்கான முதலைகளை இறக்கிவிட்டார்.

வடக்கிலிருந்து தெற்காகப் பாய்ந்து மத்தியத் தரைக் கடலில் சங்கமிக்கிறது ரோன் ஆறு. தங்களை எதிர்ப்பார் யாருமில்லை என்ற மமதையுடன் பயணித்த ஹெல்வெட்டிக்கள் ரோன் ஆற்றங்கரையில் சீசர் தலைமையில் பிரம்மாண்டமாக அணிவகுத்து நின்ற ரோமானியப் படைகளைப் பார்த்து பிரமித்தனர். தங்கள் வழியில் குறுக்கிடாமல் ஒதுங்கிக் கொள்ள வேண்டுமென்றும், இல்லையெனில் ரத்த ஆறு ஓடுவதைத் தவிர்க்க முடியாது என்றும் எச்சரிக்கை விடுத்தனர். ஆனால் முன் வைத்த காலைப் பின் வைக்க முடியாது என்று சீசர் சீறினார்.

ரோன் ஆற்றங்கரையில் இரு பிரிவினருக்கும் கடுமையான போர் நடைபெற்றது. தெளிந்த நீராக ஓடிக் கொண்டிருந்த ரோன் சிவந்தது. 3,80,000 வீரர்களுடன் புறப்பட்ட ஹெல்வெட்டி படை வீரர்களில் மிஞ்சியது மூன்றில் ஒரு பகுதியினரே. உயிர் பிழைத்தால் போதுமென்ற முடிவுடன் எதிரிகளின் படை பின் வாங்கியது. இதுவரை காலிக் பழங்குடியினரை எந்தக் காலத்திலும் ரோமானியர்கள் வென்றதே இல்லை. ஒவ்வொரு முறை ஊடுருவும்போதும் ரோமானியர்களுக்குத் தோல்வியே கிடைத்தது. சீசரைப் பெண் பித்தனாகவும், விளையாட்டுத்தனமாகவும் நினைத்துக் கொண்டிருந்தவர்கள், முதன் முறையாக அவருடைய மிருகத்தனமான இன்னொரு முகத்தைப் பார்த்து மிரண்டனர். ஜெர்மானியப் பழங்குடியினருக்கும் இத்தாலிய காலிக்களுக்கும் நீண்ட காலப் பகை. ஜெர்மன் பழங்குடியினரைத் தோற்கடிக்க சீசரின் உதவியை காலிக்குகள் நாடினர். காலிக்குகளுடனும் உள்நாடுப் பிரச்னை என்றாலும் அவர்கள் தனது ரோமானிய நாட்டுப் பழங்குடியினர் என்பதால் ஜெர்மன் பழங்குடியினருடன் மோத சீசர் மகிழ்ச்சியுடன் சம்மதித்தார். சீசரின் படை வீரர்களைவிட எண்ணிக்கையில் ஜெர்மன் வீரர்கள் அதிகம். எனவே காலிக்குகளுக்காக எதற்கு ஜெர்மனியுடன் வீணாகச் சண்டையிட்டுப் போர் வீரர்களை இழக்கவேண்டும் என்று சீசரின் ஆலோசகர்கள் முட்டுக்கட்டை போட்டனர். ஆனால் தனது பலத்தைக் காட்டவும், வீரத்தை நிரூபிக்கவும் இந்தப் போர் அவசியம் என்பதில் சீசர் உறுதியுடன் இருந்தார்.

தொடர் வெற்றிகள்

இதுவரை நடைபெற்ற போர்கள் அனைத்திலும் சீசர் படையெடுத்து வந்தவர்களைத் தடுத்து நிறுத்தவும், தன்னைப் பாதுகாத்துக் கொள்ளவுமே களமிறங்கினார். இப்போதுதான் முதல் முறையாக காலிக்களுக்கு உதவும் பொருட்டு அரியோவிஸ்டஸ் தலைமையிலான ஜெர்மன் பழங்குடியினர் மீது அதிரடித் தாக்குதல் நடத்த முடிவெடுத்தார். ஜெர்மன் பழங்குடியினர்மீது தாக்குதலைத் தொடங்க ரைன் நதியைக் கடந்தாக வேண்டும். சீறிப் பாயும் ரைன் நதியைத் தாண்டுவது எதிரிகளுக்குச் சிரமம் என்று கருதிய ஜெர்மானியர்கள் பாதுகாப்பு ஏற்பாடுகளைச் செய்யாமல் அசட்டையாக இருந்தனர். ஒரு வகையில் இது சீசருக்கு வசதியாகிப் போனது.

கட்டுமரங்கள் மூலமோ, நீந்தியோ ஆற்றைக் கடப்பது வழக்கம். ஆனால் கரை புரண்டு வெள்ளமென ஓடும் ரைன் நதியை இவ்வகையில் கடப்பது சாத்தியமா என்ன? எனவே அதன் குறுக்கே பாலம் கட்ட முடிவெடுத்தார் சீசர். அகலாக விரிந்து ஓடும் ரைன் நதி கோப்ளென்ஸ் என்னுமிடத்தில் குறுகலாகவும், 6-8 மீட்டர் ஆழமாகவும் இருப்பதையும் கண்டுபிடித்தார். எனவே அந்த இடத்தில் சுமார் 11 மீட்டர் நீளத்தில் பாலம் கட்ட முடிவானது. தண்ணீரின் வேகத்தைத் தாங்குவதற்கு 44 செமீ அகலமான தூண்களை நிறுவி அதன் மீது 59 செமீ தடிமனான பலகைகளைக் கொண்ட மரப் பாலத்தைக் கட்டி முடித்தார்.

பதினெட்டே நாள்களில் உறுதியான மரப் பாலத்தைக் கட்டி அதன் வழியே ஆற்றைக் கடந்து, பரந்து விரிந்திருந்த அடர்ந்த காடுகளை ரோமானிய வீரர்கள் அடைந்தனர். பிளாக் ஃபாரெஸ்ட் என்று அழைக்கப்படும் கருப்புக் காடுகளைக் கடக்கவே பல நாள்கள் ஆயின. ரைன் ஆற்றின் மேற்குக் கரையோரம் இன்றைய சுவிட்சர்லாந்து மற்றும் ஜெர்மன் நாடுகளின் எல்லையில் அரியோவிஸ்டஸுக்கும், சீசருக்கும் இடையே கடுமையான போர் நடைபெற்றது. சீசரின் வித்தியாசமான மற்றும் முரட்டுத்தனமான போர்முறைகளை எதிர் கொள்ள முடியாமல் ஜெர்மன் படைகள் திணறின. ஒரு கட்டத்தில் போரை இனியும் தொடர்ந்தால் படைகள் முற்றிலுமாக நாசமடைந்து விடும் என்பதை உணர்ந்த அரியோவிஸ்டஸ் சமரசம் பேச சீசருக்குத் தூது விடுத்தார். தங்களது குடிமக்களுக்கும், ஆடுகளுக்கும், மாடு களுக்கும், குதிரைகளுக்கும் கூடுதல் நிலம் தேவைப்பட்டதாலேயே காலிக்குகள் மீது படையெடுத்தோம். இதைத் தவிர வேறு முக்கியக் காரணம் ஏதுமில்லை என்று சமாதானம் கூறினார்.

தனது பாதுகாப்பில் காலிக்குகள் இருப்பதால் அவர்களைப் பாதுகாக்கும் கடமை தனக்கு இருப்பதாக சீசர் மறுமொழி கூறினார். பேச்சுவார்த்தைகள் நடைபெற்றுக் கொண்டிருக்கும்போதே ஜெர்மன் வீரர்கள் மறைமுகமாக ரோமானியர்களின் மீது தாக்குதல் தொடுத்தனர். இதனால் சமாதானப் பேச்சு தோல்வி அடைந்து மீண்டும் கடுமையான போர் தொடங்கியது. சீசரின் மூர்க்கத்தனமான தாக்குதலில் ஜெர்மன் பழங்குடியினரின் படைகள் சின்னாபின்னமாயின. அரியோவிஸ்டஸ் தனது குடும்பத்தினருடன் ஒரு படகில் ஏறித் தப்பிக்க முயன்றான். ஆனால் ரைன் ஆற்றைக் கடப்பதற்கு முன்பு வழியிலேயே குடும்பத்தினருடன் கொல்லப்பட்டான்.

ஊருக்குள் புகுந்த சீசரின் படைகளை எதிர்த்துப் போரிடத் துணிச்சலின்றி ஜெர்மானியர்கள் பின் வாங்கத் தொடங்கினர். தேங்காயைச் சீவுவதுபோல் மோதியவர்களின் தலைகள் வெட்டிச் சாய்க்கப்பட்டன. சரணடைந்தவர்கள் கைதிகளாகச் சிறைப் பிடிக்கப் பட்டனர். இரு வாரங்கள் கழித்து வெற்றிக் களிப்புடன் சீசர் தனது படைகளுடன் ரைன் நதி மீது கட்டிய பாலம் வழியே பத்திரமாகத் திரும்பினார். தான் கட்டிய அதே பாலம் வழியாக ஜெர்மானியர்கள் ஊடுருவி மீண்டும் தாக்கினால் என்ன செய்வது என்று சீசர் எண்ணினார். எனவே பாலத்தை அப்படியே விட்டு வைக்காமல் அதைத் தீயிட்டுக் கொளுத்த உத்தரவிட்டார். ஜெர்மானியர்கள் என்றென்றும் தன்னை நினைவில் வைத்துக்கொள்ள வேண்டும் என்று கருதிய சீசர், ரைன் நதியின் மேற்குக் கரையில் வலுவான கோட்டையைக் கட்டி அதன் கொத்தளத்தில் ரோமானியக் கொடியைப் பட்டொளி வீசப் பறக்க விட்டார்.

சிறை பிடிக்கப்பட்ட ஜெர்மானியர்கள் மத்தியத் தரைக்கடல் பகுதி அடிமைச் சந்தைகளில் விற்கப்பட்டனர். அடிமை வியாபாரம் சீசருக்குப் பிடித்தமான வர்த்தகங்களுள் ஒன்று. இதன் மூலம் ஏராள மான பணம் குவிந்ததால் விரைவிலேயே ரோமாபுரியின் பணக் காரர்களுள் ஒருவரானார். அதுவரை சீசரை ஒப்புக்குப் பாராட்டி வந்த செனேட் வேறு வழியின்றி சீசரின் வீரத்தை முழுவதுமாக உணரத் தொடங்கியது. மது, மாது, பணம், புகழ், பாராட்டு என சீசர் மகிழ்ச்சிக் கடலில் நீந்தினார்.

ஜெர்மனிக்கு எதிராகக் களமிறங்கி அவர்களைத் தோற்கடித்த சீசரின் வீரம் தொடக்கத்தில் காலிக்குகளுக்கு மகிழ்ச்சியை அளித்தது. ஆனால் இந்த மகிழ்ச்சி நீண்ட காலம் நீடிக்கவில்லை. சீசர் தங்களது படை பலத்தைத் தங்கள் மீது திருப்பிவிட்டால் என்னாவது என்று அஞ்சினர். அவர்கள் பயந்தது போலவே திடீரென ஒரு நாள் காலிக்களின் மீது போர் தொடுத்து அவர்களின் பரந்து விரிந்த பகுதிகளை சீசர் தனது

கட்டுப்பாட்டுக்குள் கொண்டு வந்தார். சும்மா இருந்த சீசரிடம் உதவி கேட்டதற்காக அவர்கள் நொந்துகொண்டனர். தேவையில்லாமல் ஜெர்மானியர்களை வம்புக்கு இழுக்கப் போக, இப்போது உள்ளதும் போனதே என்று ஆதங்கப்பட்டனர். காலிக்களின் பகுதிகளை ஒட்டு மொத்தமாக வளைத்துப் போடவே சீசர் தங்களுக்கு உதவினார் என்ற விஷயம் பின்னரே அவர்களுக்குப் புரிந்தது.

பெல்கே என்றழைக்கப்படும் பழங்குடியினர் இன்றைய பெல்ஜியம் பகுதியைப் பூர்வீகமாகக் கொண்டவர்கள். பெல்கே என்னும் பெயரே காலப்போக்கில் பெல்ஜியம் என்று மருவியது. சாம்ப்ரே மற்றும் ரைன் ஆறுகளுக்கு இடையே வசித்து வந்த பெல்கே பழங்குடியினரும் சிறந்த வீரர்கள் என்றும், இறந்தவர்களைப் புதைப்பதற்கு பதிலாக எரிக்கும் பழக்கம் கொண்டவர்கள் என்றும் போர்கள் குறித்த தனது 'கமெண்டரீஸ்' புத்தகத்தில் சீசர் பதிவு செய்துள்ளார். ரைன் ஆற்றங் கரையில் நடைபெற்ற பெல்கே பழங்குடியினருக்கு எதிரான போரிலும் சீசரே வெற்றி வாகை சூடினார். வழக்கம்போல் சிறைப் பிடிக்கப் பட்டவர்கள் அடிமைகளாக விற்கப்பட சீசரின் கஜானா நிரம்பி வழிந்தது.

கௌல் பகுதிகளின் கவுன்சலாக சீசர் பதவியேற்ற இரு ஆண்டுகளில் காலிக், ஹெல்வெட்டி, பெல்கே, அக்விடானி உள்ளிட்ட பழங் குடியினருடன் நடைபெற்ற அனைத்துப் போர்களிலும் வெற்றி வாகை சூடினார். 'முப்பது வயதுக்குள் உலகின் கால் பகுதியைத் தனது காலடியில் மண்டியிட வைத்த மாவீர அலெக்சாண்டர் எங்கே, நாற்பது வயதைத் தாண்டி நிலையிலும் ஒரு போருக்குக் கூடத் தலைமை ஏற்காமல் பெண்களுடன் உல்லாசமாகப் பொழுதைக் கழிக்கும் நான் எங்கே' என்று மனதுக்குள் பொருமிக் கொண்டிருந்த சீசருக்கு மேற்கண்ட தொடர் வெற்றிகள் மகிழ்ச்சியை அளித்தன.

சீசரின் திடீர் வெற்றிகளின் ரகசியம் என்ன? எந்த ஒரு விஷயத்தையும் கூர்ந்து கவனித்தல், திட்டமிடல் ஆகியவையே அவருக்குப் பெருமளவு உதவியிருக்கின்றன. தற்போது சீசர் தலைமை தாங்கும் வடக்கு ராணுவப் பிரிவு, நாற்பது ஆண்டுகளுக்கு முன்பே மேரியஸ் உருவாக்கிய பிரிவாகும். அதைத்தான் சீசர் காலத்துக்கேற்ப புதிய உத்தி களுடனும், ஆயுதங்களுடனும் கொஞ்சம் மெருகேற்றி புதுப்பித் திருக்கிறார். எனவே வலுவான வீரர்களைக் கொண்ட பிரிவு என்பதால் சீசரின் வெற்றிக்கு அதிகமாகத் துணை புரிந்திருக்கிறது.

மேலும் சீசரிடம் காணப்பட்ட மிகச் சிறந்த அம்சம் அவருடைய அசாத்திய வேகமும், சுறுசுறுப்புமே. எங்கு, எப்போது, யாரை அடிக்க வேண்டும் என்று முன் கூட்டியே திட்டமிட்ட பிறகே களத்தில்

இறங்குவதுதான் சீசரின் பாணி. பழங்குடியினருடனான போர்களுக்குப் பிறகு சீசரின் புகழ் ரோமாபுரி எல்லைகளைத் தாண்டி மத்தியத் தரைக் கடல் மற்றும் அட்லாண்டிக் பெருங்கடல் முழுவதும் பரவியது. சீசர் என்றாலே சிம்ம சொப்பனத்தில் எதிரிகள் உறைந்து போனார்கள். ரத்த வாடையே காணாத மிருகத்துக்குக் குருதியின் வாசனையும், ருசியும் கிடைத்தால் எப்படியொரு வெறித்தனம் ஏற்படுமோ அப்படியொரு போர்க் குணம் சீசரின் மறு பக்கத்தைக் காட்டியது. பெண் என்றால் பால் வடியும் குமரனாகவும், போர் என்றால் குருதி வழியும் முரடனாகவும் இரு மாறுபட்ட முகங்களைக் கண்ட செனேட் உறுப்பினர்கள் முதன் முறையாக சீசரைப் பார்த்து அஞ்சத் தொடங்கினர்.

பல்வேறு பகுதிகளுக்குப் போர் மற்றும் நிர்வாக நிமித்தம் பயணித் தாலும் அவ்வப்போது ரோமாபுரியின் வடக்குப் பகுதியிலுள்ள சிசால்ஃபைன் கௌளுக்குச் செல்வதை சீசர் வழக்கமாகக் கொண்டிருந்தார். ரோமாபுரியில் இல்லாத நேரத்தில் அங்கு நடை பெறும் ஒவ்வொரு அசைவையும் ஒற்றர்கள் அவருக்குத் தெரிவிக்க வேண்டும் என்பது கட்டளை. ஒரு தேர்ந்த அரசியல்வாதி தன்னைச் சுற்றி நடைபெறும் விஷயங்களைத் தெரிந்து கொள்ளவேண்டும் என்பதை அவர் உணர்ந்திருந்தார். கிமு 56-55 ஆண்டுகளில் ரோமாபுரியில் நடைபெறும் பல்வேறு நிகழ்ச்சிகள் தனக்குச் சாதகமாக இல்லை என்பதுடன் அபாயகரமாக இருப்பதையும் அவர் அறியாமலில்லை.

பழங்குடியினருக்கு எதிரான பல போர்களில் சீசருக்குக் கிடைத்த வெற்றி, பொது மக்கள் மத்தியில் நல்ல பெயரையும் புகழையும் பெற்றுத் தந்தாலும், செனேட் உறுப்பினர்கள் அவரது வீரத்தைக் கண்டு பயந்தனர். புகழைப் பார்த்துப் பொறாமைப்பட்டனர். சிறு பிள்ளையாக நினைத்த சீசர் ரோமாபுரியின் தவிர்க்க முடியாத தலைவர்களுள் ஒருவராக மாறுவார் என்பதைக் கனவில்கூட எண்ணவில்லை. ரோமாபுரி வரலாற்றில் பிரபலமாக இருப்பவர் போர்த் திறன் பெற்ற வீரராக இருப்பார் அல்லது அறிவில் சிறந்த மேதையாக இருப்பார் அல்லது பள்ளியறையே கதியென்று பெண்களுடன் உல்லாசமாக இருப்பார். ஆனால் வீரனாகவும், அறிவாளியாகவும், மன்மதனாகவும் விளங்கிய ஒருவரை சீசர் உருவில் இப்போதுதான் ரோமாபுரி மக்கள் முதல் முறையாகக் கண்டு பெருமைப்பட்டனர்.

பாம்பே, க்ராசஸ் ஆகியோருக்குப் பிறகு மூன்றாம் வரிசையில் இருந்த சீசர் சமீபத்திய வெற்றிகளின் மூலம் மற்ற இருவரின் தூக்கத்தைக் கெடுக்கத் தொடங்கினார். ஒருவருக்கு ஒருவர் இணக்கமாக இருந்த சூழல் மாறி மனத்தில் விரோதத்துடனும் முகத்தில் புன்னகையுடனும் பழகத் தொடங்கினர். இருந்தாலும் சீசரை எதிர்த்து அவர்களால் ஒரு துரும்பைக்கூட நகரத்த முடியவில்லை. ஆகவே வேறு வழியின்றி

அடுத்த ஐந்து ஆண்டுகள் வரை இதேபோன்று இணைந்து செயல் படுவது என்ற முடிவுக்கு வந்தனர்.

சீசரின் வீரத்தை மெச்சி கௌல் பகுதியில் அவரது அதிகாரம் இன்னும் ஐந்து ஆண்டுகளுக்கு நீட்டிக்கப்பட்டது. ஸ்பெயின் நாட்டின் பொறுப்பில் பாம்பேயும், யூஃப்ரடீஸ் மற்றும் டைக்ரீஸ் நதிகள் ஓடும் இன்றைய இராக் மற்றும் சிரியப் பகுதிகளுக்கு க்ராசஸூம் நியமிக்கப் பட்டனர்.

பிரிட்டன் மீது படையெடுப்பு

கௌல் (பிரான்ஸ்), பெல்ஜியம், ஜெர்மனி மீதான தொடர் வெற்றி களைத் தொடர்ந்து இங்கிலாந்து மீது படையெடுக்க பிரிட்டிஷ் கால்வாயைக் கடக்க சீசர் முடிவெடுத்தார். இன்றைய பிரான்ஸ் நாட்டின் நார்மண்டி பகுதியிலுள்ள போலோன் அன்றைய ஜியோ சோரியாகம் துறைமுகமாகும். 30 கப்பல்களில் சுமார் 30,000 வீரர்களுடன் துறைமுகத்தில் வந்திறங்கினார். தனது நம்பிக்கைக்கு உரியவரான வோலுசீனஸை அனுப்பி உள்நாட்டு நிலவரத்தைத் தெரிந்துகொண்டு வரப் பணித்தார். போருக்குச் சாதகமான பதில் கிடைக்கவே கிமு 55 ஆகஸ்ட் 25 நள்ளிரவு பிரிட்டிஷ் கால்வாயைக் கடந்து அதிகாலை இங்கிலாந்தின் தென் கிழக்குப் பகுதியில் தனது கப்பல்களை நங்கூரமிட்டார்.

அந்தக் காலம் தொட்டே பிரித்தானியர்கள் கடல் போரில் சிறந்தவர்கள் என்பதால் முதல் நாள் நடைபெற்ற போரில் ரோமானியர்களுக்கு எதிர்பார்த்த வெற்றி கிடைக்கவில்லை. பலர் படுகாயமடைந்தனர். உயிரிழப்பும் அதிகமிருந்தது. தோல்வியில் துவளாமல், திட்ட மிடுவதில் நிபுணரான சீசர் திடீரென தனது வியூகத்தை மாற்றிக் களமிறங்கினார். ரோமானியர்களின் கடற்படையை எளிதில் வெற்றி கொள்ளலாம் என்றெண்ணிய பிரித்தானியர்கள் சீசரின் அதிரடிப் பாய்ச்சலைச் சமாளிக்கமுடியாமல் நிலை குலைந்து போனார்கள். யாருமே வெல்ல முடியாத பிரித்தானியர்களின் கடல் படை தடுமாறியது. ரோமானியக் கப்பல்கள் ஒவ்வொன்றிலும் போர் வீரர்களுடன், கணிசமான எண்ணிக்கையில் குதிரைகளும் இருந்தன. நிலத்தில் மட்டுமின்றிக் கடலிலும் சீசரை மிஞ்ச இன்னொருவன் பிறந்துதான் வரவேண்டும் என்பதை பிரித்தானியர்கள் புரிந்து கொண்டனர்.

தொடர்ந்து போரிடுவது தற்கொலைக்குச் சமம் என்றெண்ணிய பிரித்தானியர்கள் சமாதானம் பேச சீசருக்குத் தூது அனுப்பினர். முதலில் மறுத்த சீசர் பிறகு யோசித்தார். கப்பல்கள் மற்றும் படை வீரர்கள் எண்ணிக்கையைக் கணக்கிட்டார். கௌல் பகுதிகளிலிருந்து

புறப்பட்டு நீண்ட காலமானதால் எஞ்சியிருக்கும் வீரர்கள் உடலாலும், மனதாலும் சோர்ந்திருந்தனர். எனவே வீம்புக்காகப் போரிடுவதைவிட வலிய வரும் சமாதானத்தை ஏற்றுக்கொள்வதே புத்திசாலித்தனம் என்று முடிவெடுத்தார். சீசர் சமாதானத்துக்கு உடன்படவே பிரித்தானியர்கள் நிம்மதிப் பெருமூச்சுவிட்டனர். சமாதானத்துக்கு விலையாக ஏராளமான அடிமைகளையும், உணவுப் பொருள்களையும், விலை உயர்ந்த பொருள்களையும் சீசருக்கு வாரிக் கொடுத்தார்கள். வெற்றிக் களிப்பில் மிதந்த சீசருக்கு அன்று 46 ஆவது பிறந்த தினமும் கூட. எல்லாப் பரிசுகளையும் விட, இங்கிலாந்து மீதான வெற்றியே தனக்குக் கிடைத்த உண்மையான பிறந்த நாள் பரிசென சீசர் சந்தோஷப் பட்டார்.

க்ராசஸ் மரணம்

ரோமாபுரியின் மும்மூர்த்திகளாக அடுத்த ஐந்து ஆண்டுகளுக்கு அதிகார பலத்துடன் வலம் வர பாம்பே, க்ராசஸ் சீசர் ஆகியோர் ஒப்புக்கொண்ட சூழலில், திடீரென ஒரு நாள் மூவர் அணி இருவர் அணியாகக் குறைந்தது. யூஃப்ரடீஸ் மற்றும் டைக்ரீஸ் நதிகள் ஓடும் இன்றைய இராக்கின் பகுதிகளைச் சேர்ந்த பார்தியாக்களுக்கு எதிரான போரில் க்ராசஸ் வீர மரணம் எய்தினார். அன்று யாராலும் வெல்லமுடியாத ஸ்பார்டகஸைத் தோற்கடித்த க்ராசஸ் இன்று மண்ணில் சாய்ந்தார். அவரது மறைவு ரோமாபுரிக்கு மாபெரும் இழப்பு என்றாலும், தனக்குப் போட்டியாக உள்ள இருவரில் ஒருவர் இனி இல்லை என்பது சீசருக்கு நிம்மதியையே தந்தது.

அதே ஆண்டு சீசரின் அன்பு மகள் ஜூலியாவும் பிரசவத்தின்போது மரணமடைந்தார். பெண்கள் அதிக எண்ணிக்கையில் குழந்தைகள் பெற்றுக் கொள்வதும், பிரசவத்தின்போது இறப்பதும் ரோமாபுரி குடும்பங்களில் சாதாரண நிகழ்வு. இவ்வகை இறப்புகள் பெரும் பாலும் மருத்துவ வசதி கிடைக்காத நடுத்தர மற்றும் ஏழைகள் வீடுகளில்தான் நடைபெறும். ஆனால் வசதியான குடும்பத்தைச் சேர்ந்த, அதுவும் ஜூலியஸ் சீசர் மகள் ஜூலியாவின் இறப்பு ரோமா புரியையே உலுக்கியது. மனைவி காலமான சூழலில், சீசரை முழுக்க முழுக்கக் கவனித்துக்கொண்டது மகள் ஜூலியாதான். எல்லோரையும் விட மகள் மீதுதான் சீசருக்குப் பிரியம் அதிகம். அன்பு மனைவி, பிரியமான மகள் என இருவரும் அடுத்தடுத்து இறக்க சீசர் நொறுங்கிப் போனார். மகளின் இறப்பைத் தாங்க முடியாமல், முதல் முறையாக சீசர் கண்ணீர் விட்டுக் கதறி அழுதார்.

மகள் இறந்த சோகத்திலிருந்து மீள்வதற்குள் இன்னொரு இடி சீசரைத் தாக்கியது. பெற்று, வளர்த்து, ஆளாக்கி, தெய்வத்தைவிடவும்

மேலான தாய் ஆரேலியாவின் திடீர் மரணம்தான் அது. தந்தை ஏற்கெனவே இறந்த நிலையில் சீசருக்குத் தாயாகவும், தந்தையாகவும் திகழ்ந்தது ஆரேலியாதான். போர்களில் வீரர்களை வெட்டிச் சாய்க்கும் போது கலங்காத நெஞ்சம், உறவுகளின் மரணத்தைத் தாங்க முடியாமல் துடித்தது. துக்கமோ கஷ்டமோ காலம்தான் மருந்து. மகளுக்குச் செய்ய வேண்டிய ஈமச் சடங்குகள் முடிந்த பிறகு, சீசர் துயரங்களைத் துடைத் தெறிந்து நெஞ்சுறுதியுடன் தனது அரசியல் உயரங்களை நோக்கிய பயணத்தைத் தொடர்ந்தார்.

தனக்கு எதிராக இருந்த க்ராசஸ் மற்றும் பாம்பே ஆகிய இருவரில் க்ராசஸ் மறைவுக்குப் பிறகு உயிருடன் இருப்பது பாம்பே ஒருவர்தான். பெற்ற மகள் ஜூலியாவே இறந்தபிறகு மருமகன் பாம்பேவுடன் உறவு என்ன வேண்டியிருக்கிறது என்று அவரையும் கழற்றிவிடத் தகுந்த தருணத்தை எதிர்பார்த்துக் காத்திருந்தார் சீசர்.

ஹெல்வெட்டி, பெல்கே, காலிக், அக்விடானி, காலிக் உள்ளிட்ட பழங்குடியினரிடையே நிலவிய போட்டியையும் பொறாமையையும் சீசர் சாதகமாகப் பயன்படுத்திக் கொண்டு பிரித்தாளும் சூழ்ச்சி மூலம் அவர்களை எளிதில் வெற்றிகொண்டார். ஆனால் இந்த வெற்றி நீண்ட காலம் நிலைக்கவில்லை. வருடக் கணக்கில் அமைதியாக இருக்கும் எரிமலை திடீரென ஒரு நாள் தீப்பிழம்பைக் கக்குவதுபோல், கிமு 52 இல் வெர்சிங்கடோரிக்ஸ் என்னும் இளைஞனின் தலைமையில் பல்வேறு பிரிவினராகச் சிதறிக் கிடந்த காலிக் பழங்குடியினரின் புரட்சி வெடித்தது.

வெர்சிங்கடோரிக்ஸ் சிறந்த போர் வீரன் என்பதுடன் சிறந்த மேடைப் பேச்சாளனும்கூட என்பதால், அவனது வீரத்திலும் பேச்சிலும் பழங் குடியினர் மயங்கினர். சீசரிடம் அடிமைப்பட்டுக் கிடந்த காலிக்குகள் தங்களுக்கு அவன் விடுதலை வாங்கித் தருவான் என்று முழுமையாக நம்பினர். 'கௌல் பகுதி நமது மூதாதையர்கள் ஆண்ட நிலம். அந்நியர் களான ரோமாபுரியினர் இந்த நாட்டை ஆள ஒரு போதும் அனுமதிக்க மாட்டோம். ஒரு பிடி மண்ணைக்கூட விட்டுத் தர மாட்டோம்' என்ற கோஷங்களே வெர்சிங்கடோரிக்ஸ் தலைமையில் காலிக்குகளின் ஒருமித்த குரலாக ஒலித்தன.

'வாழ்க வாழ்க' என்ற வாழ்த்தொலியுடன் கௌல் பகுதியில் மட்டு மின்றி, மத்தியத் தரைக் கடல் பரப்பு முழுவதும் வெற்றிக் கொடி நாட்டிய மிதப்புடன் உலா வந்து கொண்டிருந்த சீசரின் செவிகளில் முதன் முறையாக 'விடுதலை, சுதந்தரம்' ஆகிய சொற்கள் நாராசமாக விழுந்தன. ரோமானிய வீரர்களால் வெல்லப்பட இன்றைய பிரான்ஸின் வட மேற்குப் பகுதியான செனபம் இப்போது புரட்சியாளர்களின்

வசமானது. ஒரு வீரன் குதிரையில் புறப்பட்டு காடு, மேடு, மலை, ஆறுகளை வாரக் கணக்கில் கடந்து செய்தியைச் சொல்வது வழக்கம். ஆனால் செய்திகளை விரைவாக மற்றவர்களுக்குச் சொல்ல காலிக்குகள் வித்தியாசமான முறையைக் கையாண்டனர். புரட்சி யாளர்கள் செனபம் பகுதியைக் கைப்பற்றிய செய்தியை ஒருவருக்கு ஒருவர் சங்கிலித் தொடர் போல் பகிர்ந்து கொண்டனர். இவ்வாறு ஒருவருக்கு ஒருவர், வீட்டுக்கு வீடு, தெருவுக்குத் தெரு, கிராமத்துக்குக் கிராமம் என்று சொன்ன செய்தி காட்டுத் தீ போல் வேகமாகப் பரவி சுமார் 150 மைல் தொலைவில் முகாமிட்டிருந்த வெர்சிங்கடோரிக்ஸின் காதுகளை அன்று மாலையே சென்றடைந்தது. இதுவே காலிக்களின் விடுதலைப் போர் தொடங்கியதற்கான அறிகுறியானது.

புரட்சியாளர்களை அடக்க சீசர் சிசால்ஃபைனை விட்டு வடக்கு நோக்கி விரைந்தார். ஆனால் அதற்குள் காலிக் புரட்சியாளர்கள் பாதுகாப்புப் பணியில் அங்கிருந்த ரோமானியப் படைகளைக் கொன்று குவித்ததுடன், சீசர் கட்டுப்பாட்டிலிருந்த பெரும்பான்மைப் பகுதி களையும் கைப்பற்றிக் கொண்டனர். தொடர்ச்சியாகப் பல வெற்றி களைக் குவித்துக் கொண்டிருந்த சீசரின் முகத்தில் முதன் முறையாகத் தோல்வியின் ரேகைகள் படரத் தொடங்கின. காலிக் புரட்சியாளர் களைக் கொல்லாமல் நாடு திரும்பக்கூடாது என்ற தீர்க்கமான முடிவுடன் சீசரின் பெரும்படை செனபம் பகுதியை முற்றுகையிட்டது.

சீசரின் தலைமையில் குவிந்துள்ள பிரம்மாண்ட படையை எதிர்த்து நேருக்கு நேர் மோதி வெற்றி பெறுவது இயலாத செயல் என்பதை உணர்ந்த வெர்சிங்கடோரிக்ஸ் மாற்று வழிகளை யோசித்தான். படை வீரர்கள் உடலுறுதியுடன் போராடவும், உயிர் வாழவும், உண்ண உணவும், குடிக்கத் தண்ணீரும் மிக மிக அவசியமாகும். எனவே ஒரு சொட்டுத் தண்ணீர்கூட அவர்களுக்குக் கிடைக்காமல் முற்றிலுமாக அழித்துவிட்டால் படை வீரர்கள் பசியாலும், தாகத்தாலும் துடிப் பார்கள். நீண்ட காலம் தாக்குப்பிடிக்க முடியாமல் முகாம்களுக்குத் திரும்புவார்கள் அல்லது செத்து மடிவார்கள் என்று யூகித்தான்.

ஒற்றர்கள் மூலம் சீசரின் படைகள் வரும் வழியை வெர்சிங்கடோரிக்ஸ் தெரிந்து கொண்டான். எந்தெந்த கிராமங்கள் வழியே ரோமானியர்கள் வருகிறார்களோ அவற்றைக் காலிக்குகளே தீயிட்டுக் கொளுத்தினார்கள். வீடுகளிலுள்ள முக்கியப் பொருள்களையும், உணவுப் பொருள் களையும் எடுத்துக்கொண்ட மக்கள் குடும்பம் குடும்பமாக வெளியேறினர். கிணறுகளை மூடி தண்ணீர்த் தொட்டிகளையும் உடைத்தெறிந்தனர்.

சீசரின் படைகள் கிராமத்துக்குள் நுழைந்தபோது ஊரே ஆள் அரவமின்றி வெறிச்சோடிக் கிடந்தது. வீடுகள் எரிந்து கொண்டிருந்தன.

உணவையும், தண்ணீரையும் எதிர்பார்த்து வந்த வீரர்களுக்கு எரிந்து கொண்டிருக்கும் கரிக் கட்டைகளும், சாம்பலுமே மிஞ்சின. நீண்ட தூரப் பயணம் காரணமாகக் களைத்துப் போயிருந்த வீரர்கள் பசியிலும், தாகத்திலும் தவித்தனர். அடுத்த கிராமத்திலாவது ஏதேனும் கிடைக்குமா என்ற நம்பிக்கையுடன், உடலாலும், உள்ளத்தாலும் சோர்ந்த வீரர்கள் அந்தக் கிராமத்தைவிட்டுக் கிளம்பினர்.

அடுத்தடுத்த கிராமங்களிலும் இதே நிலைதான். வெர்சிங்க டோரிக்ஸின் யோசனைக்கு நல்ல பலன் கிடைத்தது. படை வீரர்களில் சிலர் பசியிலும், தாகத்திலும் மயங்கி விழுந்தனர். சிலர் மடிந்தனர். மீதிப் படையினரோ தங்களால் இனியும் பயணிக்க முடியாது என்றும், முகாம்களுக்குத் திரும்பவேண்டும் என்றும் உறுதிபடக் கூறினர். ஆனால் சீசரோ இன்னும் ஒரேயொரு கிராமத்துக்கு மட்டும் செல்வோம். அங்கும் எதுவும் கிடைக்காவிட்டால் முகாம்களுக்குத் திரும்புவோம் என்று வீரர்களைச் சமாதானப்படுத்தினான்.

தலைவனுக்குக் கட்டுப்பட்டு நடப்பதுதான் தொண்டனுக்கு அழகு. மன்னன் எவ்வழி மக்கள் அவ்வழி என்ற ஒழுக்கம் இருந்தால்தான் நாடு செழிக்கும். சொன்ன சொல் கேட்காமல் குறுக்குசால் ஓட்டினால் என்ன நிகழும் என்பதற்கு அவேரிகம் பகுதியைச் சேர்ந்த மக்களே நல்ல உதாரணம். வெர்சிங்கடோரிக்ஸ் யோசனையை ஏனைய கிராம மக்கள் ஒப்புக்கொள்ள அவேரிக கிராம மக்கள் மட்டும் ஏற்க மறுத்தனர். வசிக்கும் வீடுகளை எரிப்பதைவிட ரோமானியர்களுடன் போரிட்டு வீர மரணம் எய்துவோம் என்று ஜம்பமாக வாதிட்டனர். தனது திட்டம் குறித்து வெர்சிங்கடோரிக்ஸ் பலமுறை எடுத்துச் சொல்லியும், விளக்கியும் அவர்கள் செவி சாய்க்க மறுத்தனர்.

வெர்சிங்கடோரிக்ஸ் படைகள் அந்தக் கிராமத்தை மட்டும் எரிக்காமல் விட்டுவிட்டு அடுத்த கிராமத்துக்குச் சென்றனர். உணவையும், தண்ணீரையும் எதிர்பார்த்து சீசரின் படைகளைக் கடைசி தடவையாக அவேரிகம் கிராமத்தை முற்றுகையிட்டனர். என்ன ஆச்சரியம்! அந்தக் கிராமம் மட்டும் எரியாமல் நன்றாக இருந்ததைக் கண்ட சீசரின் படைகள் சந்தோஷத்தில் துள்ளிக் குதித்தன. வீரர்கள் ஒவ்வொரு வீட்டிலும் புகுந்து அங்கிருந்த உணவை வயிறாற உண்டனர். சேமித்து வைத்திருந்த தண்ணீரைக் குடித்து ஆனந்தக் கூத்தாடினர்.

வீரர்களின் வயிற்றுப் பசி ஒருவழியாக அடங்கியது. ஆனால் பசி, தாகம் காரணமாக அதுவரை உறங்கிக் கொண்டிருந்த உடற்பசி கொழுந்துவிட்டு எரியத் தொடங்கியது. எந்த வீடுகளில் கிடைத்த உணவை உண்டார்களோ அதே வீடுகளில் இருந்த பெண்களைச் சூறையாடினர். சீசரின் படைகளை எதிர்த்துப் போரிட்டு வெல்வது

சுலபமான செயலா என்ன? அவேரிகம் கொஞ்சம் செழிப்பான பகுதி என்பதால் செல்வத்தைக் கொள்ளை அடித்ததுடன், ஆண்களையும், பெண்களையும் கைதிகளாகச் சிறை பிடித்துச் சென்றனர். வெர்சிங்க டோரிக்ஸ் யோசனையைக் கேட்க மறுத்ததற்கான பலனை அவேரிகம் மக்கள் அனுபவித்தனர்.

சீசரின் அடுத்த இலக்கு வெர்சிங்கடோரிக்ஸ். அவனைத் தப்ப விடுவது அடிபட்ட பாம்பை உயிருடன் விடுவதற்குச் சமம் என்பதால் உயிருடன் பிடியுங்கள் அல்லது தலையைக் கொண்டு வாருங்கள் என்ற வீரர்களுக்கு உத்தரவிட்டார்.

காலிக்குகளின் முக்கிய நகரமான கெர்கோவியா மலைப்பாங்கான பகுதியாகும். மலை மீது கோட்டை கட்டி அதற்குள்ளே பாதுகாப்பாக இருந்தான் வெர்சிங்கடோரிக்ஸ். மேலிருந்து பாறைகளை உருட்டி விட்டு சீசரின் படைகள் வரும் பாதைகளை அடைத்தான். உருண்டு வந்த பாறைகளின் கீழே நசுங்கிப் பல ரோமானிய வீரர்கள் உயிரிழந்தனர். மலையின் கீழிருந்து மலை மீதிருப்பவர் மீது போர் தொடுப்பது கடினம் என்பதால் சீசர் மாற்று வியூகங்களை வகுக்கத் தொடங்கினார். தனது படைகளை ஊருக்குத் திரும்புமாறு உத்தர விட்டார். புலி பதுங்குவது பாய்வதற்கே என்பதை அறியாமல் சீசரின் படைகள் தோல்விக்குப் பயந்து பின்வாங்குவதாகத் தப்புக் கணக்குப் போட்டார் வெர்சிங்கடோரிக்ஸ். பின்வாங்கிய படைகள் ஊருக்குத் திரும்பாமல் மலைப் பகுதியின் கீழே கண்களுக்குத் தெரியாமல் ஒளிந்து கொண்டன. நீண்ட நாள்களான பிறகும் எதிர்ப்பைக் காட்டாமல் அமைதியாக இருக்கவே, ரோமானிய வீரர்கள் தங்கள் பகுதியைவிட்டு முழுமையாக வெளியேறிவிட்டார்கள் என்று நம்பினார் வெர்சிங்க டோரிக்ஸ். இனியும் மலை உச்சியில் இருக்க வேண்டிய அவசிய மில்லை என்ற முடிவுடன் தனது படைகளைக் கீழிறங்க உத்தரவிட்டான்.

மலைக் கோட்டையைவிட்டுக் கீழ்ப் பகுதிக்கு வந்த வெர்சிங்க டோரிக்ஸுக்கு அதிர்ச்சி காத்திருந்தது. பதுங்கி இருந்த ரோமானியப் படைகளுக்கும், காலிக் படைகளுக்கும், கடுமையான போர் நடை பெற்றது. பெல்ஜியம் மற்றும் ஜெர்மன் வெற்றிகளுக்குப் பிறகு சிறை பிடிக்கப்பட்ட அந்நாடுகளின் வீரர்களும் அதிக எண்ணிக்கையில் இப்போது சீசரின் படைகளில் இருந்தனர். இவர்கள் அனைவரும் தரையிலும், மலைகளிலும், காடுகளிலும் திறமையாகப் போர் புரியும் திறமை மிக்கவர்கள். வெர்சிங்கடோரிக்ஸ் படைகளுடன் மோதி அவனைக் கொன்றாலோ, உயிருடன் பிடித்தாலோ அடிமை விலங்கை உடைப்பதுடன் சன்மானமும் கொடுக்கப்படும் என்று சீசர் அவர்களுக்கு ஆசை காட்டி உறுதியளித்திருந்தார். வெர்சிங்கடோரிக்ஸ்

படை வீரர்கள் எண்ணிக்கையில் அதிகமிருந்தாலும் ஆக்ரோஷமான சீசரின் படை வீரர்களை, குறிப்பாக ஜெர்மன் வீரர்களின் அதிரடித் தாக்குதலைச் சமாளிக்க முடியவில்லை.

காலிக் மக்கள் அதிகம் வாழும் கெர்கோவியா ஊரைத் தீயிட்டுக் கொளுத்துவதுடன், அங்குள்ள மக்களையும் கொல்லப் போவதாக சீசர் மிரட்டினார். தனது மக்களைக் காப்பாற்ற வேறு வழியின்றி சீசரிடம் சரணடைந்தான் வெர்சிங்கடோரிக்ஸ். கைகளும், கால்களும் சங்கிலியால் பிணைக்கப்பட்ட நிலையில், ஒரு கைதியாக ரோமாபுரி வரை கல்லிலும், முள்ளிலும் தரதரவென இழுத்துச் செல்லப்பட்டான். ஒரு வகையில் சீசரைப் பாராட்டியே தீர வேண்டும். வெர்சிங்க டோரிக்ஸ் நிபந்தனை இன்றி சரணடைந்தால் நகரையும் கொளுத்த மாட்டேன், மக்களையும் கொல்ல மாட்டேன் என்று கொடுத்த உறுதிமொழிகளைக் காப்பாற்றினார். ஆனால் கெர்கோவியா நகரைக் கொள்ளை அடித்துப் பெரும் செல்வத்துடன் கிளம்பினார். வெர்சிங் கடோரிக்ஸ் மீது நீதி விசாரணை நடைபெற்றது. ரோமாபுரிக்கு எதிராகச் சதி செய்த குற்றத்துக்காக ஆயுள் தண்டனை விதிக்கப்பட்டுச் சிறையில் அடைக்கப்பட்டான்.

காலிக்களுடான போர்களில் தொடர்ந்து பல வெற்றிகளைப் பெற்ற சீசர் இனியும் தாமதிக்காமல் ரோமாபுரிக்குத் திரும்பவேண்டும் என்பதில் குறியாக இருந்தார். சீசரின் வருகையைப் பிரம்மாண்டமாகக் கொண்டாட அவரது ஆதரவாளர்கள் முடிவெடுத்தனர். மகள் ஜூலியா மரணத்தைத் தொடர்ந்து, இனி தனது சகாவும், மருமகனுமான பாம்பேவை அனுசரித்துப் போக வேண்டிய அவசியமில்லை என்பதில் தெளிவாக இருந்தார் சீசர். பாம்பேவை எப்படியாவது அடக்கி விட்டால் இனி ரோமாபுரி தனது கட்டுப்பாட்டுக்குள் வந்துவிடும் என்ற கணக்குடன் காய்களை நகர்த்தினார் சீசர்.

5

ரூபிகானைத் தாண்டினார் சீசர்

கி.மு. 48 இல் சீசர் இத்தாலியின் வட கிழக்குப் பகுதியில் ரூபிகான் நதிக்கரையில் அமைந்துள்ள ரவேனா நகரில் தனது படைகளுடன் முகாமிட்டிருந்தார். சீசர் கவுன்சலாக ஆளும் சிசால்ஃபன் கௌல் பகுதியையும் இத்தாலியின் மையப் பகுதியையும் ரூபிகான் ஆறு பிரிக்கிறது. தொடர்ந்து பல போர்களில் வெற்றி பெற்ற மகிழ்ச்சி அவரது முகத்தில் தாண்டவமாடியது. ஆனால் அந்தப் புன்சிரிப்புக்குப் பின்னால் ரோமாபுரிச் சக்கரவர்த்தியாக முடிசூட்டிக் கொள்ளும் நிகழ்ச்சிக்கான குரூரமான திட்டங்கள் வகுக்கப்பட்டுக் கொண்டிருக்கின்றன என்பது அவருக்கு நெருக்கமானவர்களுக்கு மட்டுமே தெரிந்த விஷயமாகும். இதற்கு ஒரே வழிதான். மற்ற கௌன்சல்களைப் போரில் வெல்ல வேண்டும் அல்லது தனது தலைமையை அவர்கள் ஏற்றுப் பணிய வேண்டும். அப்போதுதான் சக்கரவர்த்தியாக முடிசூட்டிக் கொள்ள முடியும்.

ஆனால் ரோமானிய சட்டங்கள் மற்றும் விதிகளின்படி ஒரு பகுதிக்கு கவுன்சலாக நியமிக்கப்பட்டவர் அடுத்த கவுன்சலின் எல்லைக்குள் தங்கள் அதிகாரத்தைச் செலுத்த முனையக்கூடாது. இன்னும் சொல்லப் போனால், விருந்தினராக அழைக்கப்பட்டாலன்றி தனது வீரர்களுடன் நுழையக்கூட முடியாது. நல்லெண்ண அடிப்படையில் தனி நபராக மட்டுமே செல்லமுடியும். வடக்கில் கௌல், மேற்கில் ஸ்பெயின் என ஒவ்வொரு திசையிலும் தங்களது எல்லைகளை விரிவுபடுத்த ஒவ்வொரு ரோமானிய கவுன்சல்களும் போர்களில் ஈடுபட்டனர். இந்த

வெற்றியைப் பயன்படுத்திக்கொண்டு இத்தாலிக்கு உள்ளேயும் அடுத்த கவுன்சலின் எல்லைக்குள் தங்கள் அதிகாரத்தைச் செலுத்தவும், பலத்தைக் காட்டவும் பலமுறை முனைந்துள்ளனர். எனவே உள்நாட்டுக் கலகத்தைத் தடுக்க கவுன்சல் பொறுப்புகளில் உள்ளவர்கள் தங்கள் எல்லைகளைத் தாண்டக்கூடாது என்று ரோமாபுரி கடுமையான சட்டத்தை நிறைவேற்றியது. எனவேதான் சீசரால் தனது கட்டுப்பாட்டில் உள்ள பகுதியைத் தாண்டி அடுத்தவரின் எல்லைக்குள் அடியெடுத்து வைக்க முடியவில்லை.

சீசரின் வெற்றிகள் ரோமாபுரிக்குப் பெயரையும் பெருமையையும் பெற்றுத் தந்தாலும் பல எதிர்ப்புகளையும் அவர் சந்திக்க நேர்ந்தது. முன்பு எப்போதும் இல்லாத எண்ணிக்கையில் செனேட் உறுப்பினர்கள் அவருக்கு எதிராகப் பேசத் தொடங்கினர். 'சுய விளம்பரத்துக்காகத் தேவையில்லாமல் சீசர் பல போர்களில் ஈடுபடுவதால் ரோமாபுரியின் படை வீரர்கள் எண்ணிக்கை குறைந்ததுடன், செலவுகளும் அளவுக்கு மீறி அதிகரித்து வருகின்றன. கொலை, கொள்ளை, சீரழிப்பு ஆகியவை பெருகியுள்ளதால் அண்டை நாடுகளுடனான நட்புறவையும் கெடுத்து வருகின்றனர். சீசரின் அனுமதியும் உத்தரவும் இல்லாமல் இவை நடைபெறுவதற்கான சாத்தியமே இல்லை. ஆகவே செனேட் சபை சீசரை அழைத்து விசாரிக்கவேண்டும். சரியான விளக்கம் தரப்படா விட்டால் சீசரைத் தண்டிக்கவும் தயங்கக்கூடாது. அப்போதுதான் ரோமாபுரியின் மாண்புகள் காக்கப்படுவதுடன், செனேட்டின் மதிப்பும் மரியாதையும் உயரும். இதனைச் செய்யாவிட்டால் சீசரை முன் மாதிரியாகக் கொண்டு ஒவ்வொரு கவுன்சலும் செனேட்டின் ஒப்புதலைப் பெறாமல் தனி ராஜ்ஜியம் நடத்தத் துணிவார்கள். அவர்களைக் கட்டுப்படுத்துவது இயலாமல் போய்விடும். பரந்து விரிந்திருக்கும் ரோமாபுரி சிதறு தேங்காயைப் போன்று சுக்கு நூறாகி விடும்' என்று கூட்டாக எச்சரிக்கை விடுத்தனர்.

மூத்த உறுப்பினர்களின் அறிக்கையைக் கவனமுடன் கேட்டுக் கொண்டிருந்தார் பாம்பே. சீசரை நேரடியாக எதிர்த்து ஜெயிக்க முடியாது என்பது அவருக்கே தெரியும். ஜூலியாவின் மரணத்துக்குப் பிறகு தன்னை அனுசரித்துப் போகவேண்டிய அவசியம் சீசருக்கு இல்லை என்பதையும் அவர் உணர்ந்திருந்தார். எனவே நேரடியாகக் களத்தில் இறங்காமல் சீசருக்கு எதிராக செனேட் உறுப்பினர்களைத் தூண்டிவிட முடிவெடுத்தார். ரோமாபுரியின் ஒற்றர்களை சீசரின் ஆளுகைக்கு உட்பட்ட கௌல் பகுதிகளுக்கு அனுப்பி அவரது நடவடிக்கைகள் குறித்த செய்திகளைத் தனக்கு உடனுக்குடன் தெரிவிக்க வேண்டுமென உத்தரவிட்டார். சீசரால் ஏற்கெனவே கைதாகி தண்டிக்கப்பட்டவர் கேடோ. சீசரைப் பழி வாங்கச் சரியான தருணத்துக்காகக் காத்திருந்த

கேடோ, எதிரியின் எதிரி நண்பன் என்ற முறையில், பாம்பேவுடன் சேர்ந்து கொண்டார்.

ரோமானியர்களுக்கு கவுன்சல் பதவி என்பது பாதுகாப்புக் கவசம் போன்றதாகும். அந்தப் பதவியை வகிக்கும் வரை எந்த நடவடிக்கையும் சம்மந்தப்பட்டவர் மீது அரசியல் ரீதியாகப் பாயாது. எனவே கவுன்சல் பதவிக் காலம் முடிந்தவுடன் மீண்டும் போட்டியிட்டு வெற்றி பெற்றே ஆகவேண்டிய நிர்பந்தத்தில் இருந்தார் சீசர். ஒருவேளை பாம்பே, கேடோ ஆகியோருடன் மற்ற செனேட்டர்கள் கூட்டு சேர்ந்து கவுன்சல் தேர்தலில் தான் வெற்றி பெறுவதற்குத் தடையாக இருந்தால், அதனைச் சமாளிக்கவும் சீசர் மாற்று ஏற்பாடு களுடன் தயாராக இருந்தார். அப்படியொரு நிலை ஏற்பட்டால் அவர்களை எதிர்க்கத் தாய் நாடான ரோமாபுரியின் மீதே போர் தொடுக்கவேண்டிய நிலையும் ஏற்படலாம். அத்தகைய சூழலில் விசுவாசமுள்ள, நம்பிக்கையான வீரர்களை உள்ளடக்கிய வலிமை யான லெஜியனை உருவாக்குவதுடன், போர்க் கருவிகளை வாங்கிக் குவிப்பதும் அவசியம். விசாரணை வழக்கு என்று நீதிமன்றப் படிகளை ஏற வேண்டியிருந்தால் செலவுகளைச் சமாளிக்கக் கணிசமான பணமும் வேண்டும். குறிப்பாக, பொய்ச் சாட்சிகளைத் தயார்படுத்தவும், தனக்குச் சாதகமாகத் தீர்ப்பளிக்க நீதிபதிகளுக்கு லஞ்சம் கொடுக்கவும் நிதி ஆதாரங்களைத் திரட்டவேண்டும். தோற்ற நாடுகளிலிருந்து கொள்ளையடித்தல், அடிமை வியாபாரம் என பண விஷயத்தில் சீசர் வசதியானவராகவே இருந்ததால் எதைப் பற்றியும் கவலைப்பட வில்லை. களத்தில் வாள் போராக இருந்தாலும் சரி, நீதிமன்றத்தில் சொல் போராக இருந்தாலும் சரி, எதற்கும் துணிந்தவராகவே இருந்தார் சீசர்.

சீசர் ரோமாபுரிக்குள் நுழைய நல்ல நேரம் பார்த்துக் கொண்டிருக்கிறார் என்ற தகவல் கிடைத்தவுடன் பாம்பே அச்சத்தில் உறைந்தார். அவருக்கு மட்டுமல்ல, ஏனைய செனேட் உறுப்பினர்களுக்கும் அதே நிலைதான். எனவே அனைவரும் ரகசியமாகக் கூடி சீசரின் வளர்ச்சியைத் தடுத்து நிறுத்தும் வழிமுறைகளை யோசித்தனர். சீசருக்கு பக்கபலமாகவும் உறுதுணையாகவும் இருப்பது அவர் உருவாக்கிய புது லெஜியன்கள். அவைதான் அவருக்குப் பாதுகாப்பு அரண்கள். அவற்றைச் செயலிழக்க வைத்தாலோ, பிரித்துவிட்டாலோ சீசரின் வீரியமும் சக்தியும் குறைந்துவிடும். எனவே இவற்றில் ஏதேனும் ஒன்றை விரைவில் செய்தால் மட்டுமே சீசரை அடக்க முடியும் என்று முடிவானது.

சீசர் தனது படைகளை உடனடியாகக் கலைக்கவேண்டும் என்று செனேட் உத்தரவிட்டது. பிரச்னையைக் கிளப்பி செனேட்டை

உத்தரவிட வைத்தவர் பாம்பேதான். சீசர் மற்ற கவுன்சல்களின் பகுதிகளுக்கோ, ரோமாபுரிக்கோ தனி மனிதராகச் சென்று வரத் தடையில்லை. ஆனால் படை வீரர்கள் பின் தொடர, அதிகாரத் தோரணையுடன் நுழையக்கூடாது என்ற செய்தியும் சட்ட விதிகளை மேற்கோள் காட்டி எச்சரிக்கையாகவே விடுக்கப்பட்டது.

கிமு 49 ஜனவரியில், சீசர் தங்கியிருந்த கௌல் பகுதிக்கு வந்த செனேட்டின் அதிகாரப்பூர்வத் தூதர், செனேட் உறுப்பினர்களின் கூட்டத்தில் எடுக்கப்பட்ட ஏகோபித்த முடிவின் அறிக்கையை அவரிடம் கொடுத்தனர்.

'ரோமாபுரியின் ஆட்சிக்கு உட்பட்ட நீங்கள் தனிப்பட்ட முறையில் எந்தப் படையை வைத்துக் கொள்ள அனுமதியில்லை. எனவே நீங்கள் உருவாக்கிய லெஜியனை உடனே கலைக்கவேண்டும். ஆயுதங்களை ஒப்படைத்துவிட்டு வீரர்களை ஊருக்குத் திருப்பி அனுப்ப வேண்டும்' தூதன் கொடுத்த உத்தரவு நகலின் வாசகங்களைப் படித்த சீசரின் கண்களில் அக்னி ஜுவாலை வீசியது.

'இந்தத் தண்டனை என்னுடைய வீரர்களுக்கா அல்லது எனக்கா?' சீசர் கேள்வியில் தீப்பொறி பறந்தது.

'தண்டனை யாருக்கு என்பது முக்கியமல்ல. லெஜியன் கலைக்கப்பட வேண்டும் என்பதே செனேட்டின் உத்தரவு. உங்கள் பதிலை எதிர்பார்த்துக் காத்திருக்கிறேன். நீங்கள் சொல்வதை அப்படியே செனேட்டிடம் தெரிவிப்பேன். உங்கள் கேள்விக்கான விடை எனக்குத் தெரியாது. அதற்கான தகுதியும் எனக்கு இல்லை' கூப்பிய கரங்களுடன் பணிவாகப் பேசினான் தூதன்.

'என் லெஜியனிலுள்ள வீரர்கள் ஒவ்வொருவரையும் நான்தான் நேரடியாகத் தேர்வு செய்தேன். பயிற்சியும் அளித்தேன். என்னை நம்பித்தான் இணைந்துள்ளனர். நான் உருவாக்கிய லெஜியனை நானே கலைப்பது என்பது தாயே தனது வயிற்றிலுள்ள கருவைக் கலைப் பதற்குச் சமம். எந்தக் காலத்திலும் நிச்சயம் இதற்கு உடன்பட மாட்டேன்' கர்ஜித்தார் சீசர்.

'ரோமாபுரியின் உத்தரவை மீற இதுவரை எவரும் துணிந்ததில்லை. துணிந்தவன் உயிருடன் வாழ்ந்ததுமில்லை. இதை அறியாதவரல்ல நீங்கள். உங்கள் கதி என்ன ஆகும் என்பது நான் சொல்லித் தெரிய வேண்டியதில்லை' தலைமை நிமிர்த்தாமல் குனிந்து கொண்டே சொன்னான் தூதன்.

'அன்புக்கு அடிமையாவேன். பண்புக்குப் பணிந்திடுவேன். ஆனால் மிரட்டல்களுக்கு மிரள மாட்டேன். விளைவுகள் எப்படியிருக்கும்

என்பதும் எனக்குத் தெரியும். செனேட் கட்டளையை மீறியதற்காக ராஜ துரோகியாக அறிவிக்கப்படுவேன். கைகளிலும், கால்களிலும் விலங்கிடப்பட்டு தெருநாய் போல் வீதியெங்கும் இழுத்துச் செல்லப் படுவேன். ரோமாபுரியே என்னைப் பார்த்து எள்ளி நகைக்கும். கைகொட்டிச் சிரிக்கும். காவலர்கள் என்னைச் சவுக்கால் அடிப்பார்கள். ஈட்டியால் என் உடலைப் புண்ணாக்குவார்கள். காலால் எட்டி உதைப்பார்கள். தவித்த வாய்க்குக் குடிக்கத் தண்ணீர் கூடத் தரமாட்டார்கள். பொது அமைதியைக் கெடுக்க நினைத்தேன். ஒற்றுமைக்குப் பங்கம் விளைவித்தேன். அரசுக்கு எதிராகப் புரட்சி செய்ய மக்களைத் தூண்டி விட்டேன். இவைதான் செனேட் என் மீது சுமத்தப் போகும் குற்றச்சாட்டுகள். நீதி விசாரணை என்ற பெயரில் ஒப்புக்கு விசாரணை நடத்தி, ஒருதலைப்பட்சமாக முடிவெடுக்கப்படும் என்பதை அறியாதவன் அல்ல. அரசு உத்தரவை மீறிய குற்றத்துக்காகத் தூக்குக் கயிறை முத்தமிடவும் தயாராகவே உள்ளேன். என்னுடைய தொடர் வெற்றிகளுக்கு ரோமாபுரி நீதிமன்றம் எனக்குத் தரப்போகும் பரிசு கழுத்துக்கு மாலை அல்ல, தூக்குக் கயிறுதான். நான் அது பற்றிக் கவலைப்படப் போவதுமில்லை, அஞ்சப் போவதுமில்லை. எதற்கும் நான் தயாராகவே இருக்கிறேன். ஆனால் ஒன்றை மட்டும் கூறிக் கொள்ள ஆசைப்படுகிறேன். எந்தக் காலத்திலும் என்னை நம்பி வந்த வீரர்களைக் கைவிட மாட்டேன். நான் உருவாக்கிய லெஜியனைக் கலைக்கவும் மாட்டேன். இது உறுதி. உறுதி என்ற செய்தியை செனேட்டிடம் தெரியப்படுத்துங்கள்' சிங்கமெனச் சீறினார் சீசர்.

சீசரின் பதிலுடன் ரோமாபுரிக்குத் திரும்பினான் தூதன்

அதே ஆண்டு ஜனவரி 10 ஆம் தேதி ரவேனாவில் நடைபெற்ற மாலை விருந்தில் கலந்துகொள்ள சீசர் புறப்பட்டார். அன்று காலையே அவர் தீர்க்கமாக ஏதோவொரு முடிவெடுத்து விட்டார். ஆனால் அதை வெளியே காட்டிக் கொள்ளாமல் மாலை விருந்தில் முகத்தில் மகிழ்ச்சி பொங்க கலந்துகொண்டார். பாம்பேவின் உத்தரவின் பேரில் ரோமா புரியின் ஒற்றர்கள் தன்னுடைய நடவடிக்கைகளை வேவு பார்க்க மாறுவேடத்தில் விருந்தில் கலந்துகொண்டிருப்பார்கள் என்பதால் கூடுதல் எச்சரிக்கையுடன் நடந்து கொண்டார். மது, மாது என விருந்து அமர்க்களப்பட்டது. விருந்து நடைபெற்றுக் கொண்டிருக்கும் நள்ளிரவு நேரம், சீசர் தலைவலி என்று சொல்லிக் கூட்டத்திலிருந்து மெல்ல நழுவி இருளில் ஒதுங்கிக் கொண்டார். மது போதையில் மயங்கிக் கிடந்த பாம்பேவின் ஒற்றர்கள் சீசர் விருந்து மண்டபத்தி லிருந்து வெளியேறியதைக் கவனிக்கவில்லை.

ஏற்கெனவே திட்டமிட்டபடி ரூபிகான் நதிக்கரையில் சீசரின் நம்பிக்கைக்குரிய 1500 வீரர்கள் காத்திருந்தனர். யாருமறியாத வகையில் பாதுகாப்பு வீரர்களுடன் ரூபிகான் ஆற்றைக் கடந்து அடுத்த நாள் காலை ரிமினி நகரை அடைந்தார். வேறொரு கவுன்சல் அதிகாரத்திற்கு உட்பட்ட எல்லைக்குள் செல்லக் கூடாது என்னும் ரோமானியச் சட்டத்தை மீறி சீசர் அங்கு தடம் பதித்தார். அங்கிருந்து கொண்டு ரோமாபுரிக்குள் நுழைவது என்றும் தன்னை எதிர்க்கும் பாம்பேவின் படையைத் தகர்த்தெறிய வேண்டும் என்பதும் சீசரின் திட்டம்.

பாம்பேவை எதிர்க்க 1500 வீரர்களைக் கொண்ட சீசரின் படை சின்னஞ் சிறியதுதான். ஆமையைவிட முயல் வேகமாக ஓடக் கூடியதுதான். ஆனால் இரண்டுக்கும் நடைபெற்ற ஓட்டப் பந்தயத்தில் இறுதியில் ஜெயித்தது ஆமையே. இதற்குக் காரணம் முயலின் அசட்டையும், தன்னை மீறி ஆமை வென்றுவிடுமா என்னும் ஆணவம்தான். திட்டமிடல், பொறுமை, விடாமுயற்சி, நிதானம் ஆகியவை இருந்தால் பலமான எதிரியைக்கூட நிலை தடுமாறச் செய்ய முடியும் என்பது உள்ளங்கை நெல்லிக்கனி. சீசர் இந்த யுக்தியைத்தான் கையாண்டார்.

பாம்பே தப்பி ஓட்டம்

பாம்பே ஒரு கிழட்டுச் சிங்கம். அதனால் கர்ஜிக்கக்கூட முடியாது. வயதான காரணத்தால் சீசரை எதிர்க்கப் போதிய வலுவும் உடலில்லை. ஆனால் செனேட் உறுப்பினர்களின் ஆதரவும், அவர்களின் படை பலமும் அவருக்கு ஓரளவு உதவலாம். சீசருடன் போரிட்டு உயிரை இழக்கவேண்டும் அல்லது சமாதானமாகப் போகவேண்டும் அல்லது ஓடி விட வேண்டும். எந்தக் காலத்திலும் ஜெயிப்பது சாத்தியமே இல்லை. சமாதானமாகப் போக பாம்பே தயார்தான். ஆனால் சீசர் சமாதானம் என்று சொல்லிக்கொண்டே சமாதி கட்டிவிட்டால் என்ன செய்வது என்ற அச்சம் நியாயமானதுதான். எதிரி குழந்தையாக இருந்தாலும் சரி, கிழமாக இருந்தாலும் சீசர் உயிருடன் விட்டு வைக்க மாட்டார் என்பது பாம்பேவுக்குத் தெரியாதா என்ன? எனவே போரிடுவதோ, சமாதானமாகப் போவதோ உயிருக்கு உத்தரவாதம் தராது. உயிர் பிழைக்க ஒரே வழி யாருக்கும் தெரியாமல் ரகசியமாகத் தப்பி ஓடுவதுதான் என்ற முடிவுடன் பாம்பே ரோமாபுரியை விட்டு கடற்கரை நகரமான பிரிண்டிசிம் வழியாக கிரேக்கத்தில் தஞ்சம் புகுந்தார். அங்கிருந்துகொண்டே தனது செனேட் ஆதரவாளர்கள் மற்றும் படைகள் மூலம் சீசருக்குக் குடைச்சல் கொடுக்கலாம் என்பது அவரது திட்டம்.

ரோமானியப் பகுதிகளுள் சீசரின் ஊருருவல் உள்நாட்டுப் போருக்கே வழிவகுத்தது. பாம்பே நாட்டைப் பற்றிக் கவலைப்படாமல்

உயிருக்குப் பயந்து ஓடியதால் மக்களுக்கு அவர் மீதிருந்த நம்பிக்கை குறைந்து, சீசருக்கு ஆதரவு பெருகத் தொடங்கியது. வழியெங்கும் நகரங்கள், கிராமங்கள் என்ற பேதம் இல்லாமல் சீசரை மக்கள் வரவேற்று உபசரித்தனர். கடுமையாகப் போராடவேண்டிய அவசியமே இல்லாமல், எதிர்பார்த்ததற்கு மாறாக, ரோமாபுரி எளிதில் தன் வசமாகும் என்ற நம்பிக்கை சீசரின் மனதில் துளிர்விடத் தொடங்கியது.

ஆனால் பாம்பே உயிருடன் இருக்கும் வரை தனது எண்ணம் நிறைவேறாது என்பதால் அவருக்கு எதிராக அறிக்கைவிட செனேட் உறுப்பினர்களைத் தூண்டி விட்டார். எந்த செனேட் சில வாரங்களுக்கு முன்பு சீசரை ராஜ துரோகி என்று முத்திரை குத்தி நாடு கடத்தத் திட்டமிட்டதோ அதே செனேட் இப்போது காட்சி மாறியவுடன் சீசருக்கு ஆதரவானது. இருப்பினும் செனேட் முழுமையாகத் தனது கட்டுப்பாட்டுக்குள் வரவில்லை என்பதையும், கணிசமான உறுப்பினர்கள் இன்னும் தொடர்ந்து பாம்பேவுக்கு ஆதரவாகச் செயல்பட்டு வருவதையும் சீசர் கவனிக்கத் தவறவில்லை.

ரோமாபுரியின் சீரான நிர்வாகத்துக்கும், பாம்பேவுடனான சமாதானப் பேச்சுகளுக்கும் செனேட் தனக்கு உறுதுணையாக இருக்கவேண்டு மென்று சீசர் வேண்டுகோள் விடுத்தார். ஆனால் பாம்பேவுடன் சமாதானம் பேச யார் போவது என்பதில் குழப்பம் நிலவியது. இதற்கிடையே லெபிடஸை ரோமாபுரியின் பொறுப்பாளராகவும், மார்க் ஆண்டனியை இத்தாலியின் பாதுகாப்பாளராகவும் சீசர் நியமித்தார். ரோமாபுரியையும் இத்தாலியையும் தனது கட்டுப் பாட்டுக்குள் கொண்டு வந்ததுடன் அவற்றின் நிர்வாகத்திலும் தனது நம்பிக்கைக்கு உரியவர்களையே சீசர் நியமித்தார்.

தொடர்ந்து நடைபெற்ற போர்களால் ரோமாபுரியின் உணவு தானிய உற்பத்தி பெருமளவில் பாதிப்புக்கு உள்ளானது. சிசிலி, எகிப்து ஆகிய நாடுகளிலிருந்து கடல் வழியாக தானியங்கள் இறக்குமதி செய்யப் பட்டு வந்தன. ஆனால் தப்பி ஓடிய பாம்பே கிரேக்கத்தில் இருந்து கொண்டே மத்தியத் தரைக் கடல் பகுதி முழுவதையும் தனது கட்டுப்பாட்டுக்குள் வைத்திருந்தார். ஸ்பெயின் நாட்டின் கவுன்சலும் பாம்பேவின் ஆதரவாளர்தான். எனவே கடல் வழியாக இத்தாலிக்குப் பயணிக்கும் எந்தக் கப்பலையும் பாம்பேவின் வீரர்கள் தாக்குவார்கள் என்பதால் முதலில் பாம்பேவைக் கொன்றுவிட்டுத்தான் மறுவேலை என்று சீசர் தீர்மானித்தார்.

பாம்பே ஆதரவாளர்களான அஃப்ரேனியஸ், பெட்ரியஸ் ஆகியோரின் ஆளுகையில் இருக்கும் ஸ்பெயினை வென்றெடுத்தால் மட்டுமே ரோமாபுரிக்கான கடல் வழித் தடைகளைத் தகர்க்கமுடியும் என்ற

முடிவுடன் சீசரின் படைகள் ஸ்பெயினுக்குள் ஊடுருவின. பாம்பேவின் படைபலத்துடன் ஒப்பிடும்போது குறைவாக இருந்தபோதும் சீசரின் போர் வியூகங்கள் பிரமிக்கத்தக்கதாக இருந்தன என்று வியக்கிறார் சீனத் தத்துவ ஞானி சன் சூ. கடுமையான போரில் இறுதி வெற்றி சீசருக்குத் தான். ஸ்பெயினின் நிர்வாகத்தை கேஷியஸிடம் ஒப்படைத்துவிட்டு பாம்பேவுக்கு எதிரான தேடுதல் வேட்டையைத் தொடங்கினார் சீசர்.

கிரேக்கத்திலிருந்து நாடு திரும்பினால் பொது மன்னிப்பு வழங்குவதாக சீசர் கூறியதை பாம்பே நம்ப மறுத்தார். சண்டை போடாமல் பாம்பேவை ரோமாபுரிக்கு வரவழைத்துச் சிறை பிடிக்கலாம் என்ற சீசரின் எண்ணம் இதனால் நிறைவேறவில்லை. ஆகவே பாம்பே மீது படையெடுத்து அவரைத் தீர்த்துக் கட்ட முடிவெடுத்தார். ஆனால் ஏட்ரியாடிக் கடலைக் கடந்து செல்ல அப்போது சீசரின் கைவசம் போதிய கப்பல்கள் இல்லை. இருக்கும் கப்பல்களில் அதிகபட்சம் 25,000 வீரர்கள்தான் பயணிக்க முடியும். புதிதாகக் கப்பல்களைக் கட்டி முடிக்கப் பல வருடங்கள் ஆகும் என்பதால் இருக்கும் கப்பல்கள் மூலம் இரண்டு அல்லது மூன்று முறை படை வீரர்களைப் பல்வேறு பிரிவுகளாகப் பிரித்து அழைத்துச் செல்ல சீசர் முடிவெடுத்தார்.

கடுங் குளிருடன் கடல் காற்றும் பயணத்துக்குச் சாதகமாக இல்லை. வழக்கமாக இதுபோன்ற தருணங்களில் அண்டை நாடுகளின்மீது போர் தொடுக்கக் கடலைக் கடக்க யாரும் முயற்சி செய்ய மாட்டார்கள். போரில் இறக்கும் வீரர்களைவிடக் குளிர் தாங்க முடியாமலும், கடல் காற்றில் கப்பல் கவிழ்ந்து உயிரிழப்பவர்களுமே அதிகமிருப்பார்கள். இருந்தாலும் கடல் வழிப் போரை சீசர் தேர்ந்தெடுக்க ஒரு காரணம் இருந்தது. கடுங்குளிர், அலைகளின் சீற்றம் ஆகியவை அதிகமாக இருக்கும்போது கடல் கடந்து யாரும் வர மாட்டார்கள் என்று எதிரிகள் மெத்தனமாக இருப்பார்கள். இந்தச் சூழலைப் பயன்படுத்தி, எதிரிகளைத் தாக்கவும், பாம்பேயைக் கொல்லவும், இதைவிடச் சரியான சந்தர்ப்பம் கிடைக்காது என்று சீசர் நினைத்தார்.

பாம்பேவின் படை பலம் சீசரை விடவும் அதிகம். ஆனால் தனது படையைவிடச் சரி பாதி படை பலத்துடன் மோத வந்திருக்கும் சீசரைக் கண்டு மனதளவில் அவர் சஞ்சலம் அடைந்தது உண்மை. அவருக்குத் தைரியம் கொடுத்தது லெபேனஸ். ஒரு காலத்தில் சீசரின் வலது கரமாக இருந்த லெபேனஸ் இப்போது பாம்பேவின் ஆதரவாளராக மட்டுமின்றி சீசரின் போர் யுக்திகளைச் சமாளிக்கத் தேவையான யோசனைகளைக் கூறும் ஆலோசகராகவும் மாறியிருந்தார்.

கிமு 48 ஆகஸ்ட் 9 இல் சீசரின் படைகளுக்கும், பாம்பேவின் படை களுக்கும் ஃபார்சலஸ் என்ற இடத்தில் போர் நடைபெற்றது. சீசரின்

படை சிறியதாக இருந்தாலும் அவரது போர்த் திறனைச் சமாளிக்க முடியாமல் பாம்பேவின் படை பின்வாங்கியது. உயிருக்கு பயந்து பாம்பே மீண்டும் தப்பியோடினார். ஆம்ஃபிபோலிஸ், மைடிலேன், சிலிசியா, சைப்ரஸ், லாரிசா ஆகிய நகரங்களில் தஞ்சம் புகுந்து, இறுதியாக ஏஜியன் துறைமுகத்தை அடைந்தார். அங்கிருந்த கப்பலில் ஏறி எகிப்து நாட்டின் அலெக்சாண்டரியாவுக்குப் பயணப்பட்டார்.

கிரேக்கத்தைவிட எகிப்துதான் தனக்குப் பாதுகாப்பான இடம் என்று பாம்பே முடிவெடுக்கக் காரணம் உண்டு. எகிப்தை ஆண்டு கொண்டிருந்த 13 ஆம் டோலெமியின் தந்தை கிமு 57 இல் ஆட்சியைப் பிடிக்க பாம்பே முன்பொரு முறை உதவி இருந்தார். அதற்கு நன்றிக் கடனாகவே இப்போது பாம்பேவுக்கு அடைக்கலம் கொடுக்க டோலெமி சம்மதித்தார். இனி மீதி ஆயுளை டோலெமி ஆதரவில் எகிப்தில் கழிக்கலாம் என்று நிம்மதிப் பெருமூச்சு விட்டார் பாம்பே. ஆனால் தன்னைச் சுற்றி மிகப் பெரிய வலை பின்னப்பட்டு வருகிறது என்பதையோ, சீசரின் மிரட்டலுக்குப் பயந்து டோலெமி தனது தலையை வெட்டிப் பரிசாகக் கொடுக்கப் போகிறார் என்றோ பாவம் பாம்பே அப்போது அறிந்திருக்கவில்லை. பாம்பின் நிழலில் தவளை தஞ்சம் புகுந்ததுபோல் டோலெமியிடம் தஞ்சம் புகுந்தார் பாம்பே.

பாம்பே தப்பியோடியதைத் தொடர்ந்து அவரது படை சரணடைந்தது. கௌல், ஜெர்மனி, பெல்ஜியம், பிரிட்டன் என ஒவ்வொரு நாட்டை ஜெயிக்கும் போதும் தனக்கு ஆதரவாக இருந்த வீரர்களுக்கு சீசர் பணமும், குடியிருக்க வீடும், விவசாயம் செய்ய நிலமும் வழங்குவது வழக்கம். அதேபோல் இம்முறையும் வீரர்களின் காட்டில் அடை மழை. இந்தப் போரில் அவருக்கு ஏற்பட்ட ஒரே இழைப்பு வலதுகர மாகத் துணையிருந்த க்ராஸ்டினஸ் மரணம்தான். போர்கள் குறித்து சீசர் எழுதிய 'கமெண்டரீஸ்' என்னும் நூலில் க்ராஸ்டினஸ் பற்றிப் பல பக்கங்கள் அவர் உருக்கமாகப் பதிவு செய்துள்ளார்.

6

சீசரும் கிளியோபாட்ராவும்

கி.மு. 330 இல் எகிப்தை வென்ற அலெக்சாண்டர் தனது பெயரில் உருவாக்கிய நகரம்தான் அலெக்சாண்ட்ரியா. மிகப் பெரிய கல்வி மையமாக விளங்கிய அலெக்சாண்ட்ரியாவில் கல்வி கற்க உலகம் முழுவதிலிருந்தும் கல்வியாளர்கள் வருகை தந்தனர். அங்குள்ள நூலகமும் அருங்காட்சியகமும் மிகப் பிரசித்தம். கிமு 280 இல் நிறுவப் பட்ட பண்டைய உலகின் ஏழு அதிசயங்களுள் ஒன்றாகக் கருதப்படும் ஃபாரோஸ் கலங்கரை விளக்கம் அங்குதான் இருந்தது. இதன் வெளிச்சம் கரையில் இருந்து கடலுக்குள் 27 மைல் வரை தெரியுமாம். அலெக்சாண்டர் கிமு 323 இல் இறந்ததைத் தொடர்ந்து அவனது மூன்று படைத் தளபதிகளில் ஒருவரான முதலாம் டோலெமி எகிப்தின் ஆட்சியைக் கைப்பற்றினான். ஆனால் பதினோராம் டோலெமியின் ஆட்சியின்போது கிமு 80 இல் சுல்லாவின் படைகள் எகிப்தைத் தோற்கடித்து அதனை அடிமை நாடாக்கியது. அடுத்து பதவிக்கு வந்த பன்னிரண்டாம் டோலெமி அல்யூடெஸ் ரோமாபுரி செனேட்டுக்கு மிகப் பெரிய தொகையை வரியாகச் செலுத்தித் தனது ஆட்சியைத் தக்க வைத்துக் கொண்டான்.

டோலெமி அல்யூடெஸுக்கு நான்கு பெண் குழந்தைகளும், இரண்டு ஆண் குழந்தைகளும் பிறந்தன. முதலிரண்டு பெண் குழந்தைகளும் இறந்துபோக உயிருடன் மிஞ்சியவர்கள் இரு பெண் குழந்தைகளும், இரு ஆண் குழந்தைகளும் மட்டுமே. கிமு 51 இல் 12 ஆம் டோலெமி மறைவைத் தொடர்ந்து அவரது மகளான கிளியோபாட்ராவும்,

மகனுமான 13 ஆம் டோலெமியும் கூட்டாக ஆட்சிப் பொறுப் பேற்றனர். 17 வயது நிரம்பிய கிளியோபாட்ரா தனது 12 வயது தம்பி டோலெமியைத் திருமணம் செய்து கொண்டார். அரசுரிமை வெளியாட்களுக்குப் போவதைத் தடுக்க உடன்பிறந்த சகோதர - சகோதரிகளைத் திருமணம் செய்து கொள்ள எகிப்து அனுமதிக்கிறது. மேலும் எகிப்து அரசர்கள் கடவுளுக்கு இணையானவர்கள் என்பதால் மனிதர்களைத் திருமணம் செய்து கொள்ளக் கூடாது. ஆகவே கிளியோ பாட்ரா தனது சகோதரன் டோலெமியை மணந்து கொண்டாள். இரு வரும் இளம் பருவத்தினர் என்பதால் அவர்களுக்கு ஆலோசனை வழங்க அமைச்சர்கள் குழு நியமிக்கப்பட்டது. அவர்களுள் முக்கிய மானவர் போதினஸ்.

கூப்பிட்ட குரலுக்குக் குற்றேவல் புரிய அடிமைகளும், அலங்காராம் செய்யத் தாதிகளும், வானளாவிய அதிகாரமும், காண்பவரை மயக்கும் பேரழகும் இணைந்தால் ஆணவத்துக்குச் சொல்லவா வேண்டும்? இதற்கு கிளியோபாட்ரா மட்டும் விதிவிலக்காக முடியுமா என்ன? யாருக்கும் அடங்காத முரட்டுக் குதிரையாக வலம் வந்தாள். பெண்ணை அரியணையில் ஏற்றிவிட்டு அவள் பெயரில் ஆட்சி நடத்தலாம் என்று கனவு கண்ட மூத்த அமைச்சர்களுக்கு கிளியோபாட்ராவின் அடங்காத குணம், தூக்கி எறிந்து பேசுதல், யாராக இருந்தாலும் காலடியில் வீழ்ந்து கிடக்க வேண்டும் என்னும் மமதை எரிச்சலையும், தர்மசங்கடத்தையும் ஏற்படுத்தின. அவர்களால் நினைத்ததைச் சாதிக்க முடியவில்லை. காலப் போக்கில் டோலெமிக்கும், கிளியோபாட்ராவுக்கும் அதிகாரச் சண்டை மூண்டது. ஆட்சியைச் சரி பாதியாகப் பகிர்ந்து கொள்ள இருவருமே விரும்பவில்லை. இறுதியில் டோலெமி படை பலத்தின் உதவியுடன் கிளியோபாட்ராவை அலெக்சாண்ட்ரியாவைவிட்டு விரட்டியடித்து எகிப்தின் ஆட்சியைப் பொறுப்பைக் கைப்பற்றிக் கொண்டான். தப்பிப் பிழைத்த கிளியோபாட்ரா எகிப்தின் கிழக்குப் பகுதியிலுள்ள கோட்டை ஒன்றில் ஒளிந்து கொண்டாள்.

இந்தச் சூழலில்தான் பாம்பே அலெக்சாண்ட்ரியா வந்து சேர்ந்தார். கிளியோபாட்ராவுக்கும் டோலெமிக்கும் இடையேயான அதிகாரச் சண்டையைத் தனக்குச் சாதகமாகப் பயன்படுத்திக்கொள்ளவும் திட்டமிட்டார். ஆனால் விதி வேறு மாதிரியாக விளையாடியது.

பாம்பேவைத் தேடி மிலேடஸுக்கும் பின்னர் அங்கிருந்து எகிப்தில் ஓடும் நைல் நதியின் வடமேற்கே உள்ள அலெக்சாண்டிரியாவுக்கும் வந்து சேர்ந்தார் சீசர். மத்தியத் தரைக் கடல் பகுதியில் ரோமாபுரி வெல்லமுடியாத சக்தியாகத் திகழ்வது உண்மையே. சீசர் இதுவரை அலெக்சாண்ட்ரியாவுக்குச் சென்றதில்லை என்றாலும் அரசியல், கலை, இலக்கியம், கல்வி, சமூகம் என பல துறைகளில் சிறந்து

விளங்கும் நகரமெனக் கேள்விப்பட்டிருக்கிறார். ஃபாரோ, பிரமிட் மற்றும் ஸ்பிங்க்ஸ் ஆகியவற்றின் நாடான எகிப்து சொந்த மண்ணின் மைந்தர்களால் இப்போது ஆளப்படவில்லை. கிரேக்க மாவீரன் அலெக்சாண்டரின் மேசிடோனியா தளபதிகளுள் ஒருவரான டோலெமியின் பரம்பரையைச் சேர்ந்தவர்களால் நிர்வகிக்கப்பட்டு வரும் எகிப்தை ரோமாபுரியுடன் இணைக்கவேண்டும் என்னும் விருப்பமும் சீசருக்கு இருந்தது.

முந்தைய டோலெமிக்கள் வீரம் மிக்கவர்கள். மிகச் சிறந்த நிர்வாகத் திறன் கொண்டவர்கள். ஆனால் அவர்களுடைய வீரமும் நிர்வாகத் திறனும் காலப்போக்கில் கழுதை தேய்ந்து கட்டெறும்பான கதையாகிப் போனது. எகிப்தை ஆண்ட 12 ஆம் டொலெமி எனப்படும் டோலெமி அல்யூடெஸ் மக்களின் எதிர்ப்பைச் சமாளிக்க முடியாமல் பலமுறை செனேட்டின் உதவியை நாடி ரோமாபுரிக்கு வந்தது சீசருக்கு நினைவுக்கு வந்தது. எனவே ரோமின் கட்டுப்பாட்டில் இருக்கும் கௌல் பகுதியின் கவுன்சல் என்ற வகையில் தற்போது ஆட்சியி லிருக்கும் 13 ஆம் டோலெமியைச் சந்தித்து எகிப்திய நிர்வாகம் குறித்து விவாதிப்பதுடன் பாம்பே பற்றியும் விசாரிக்கலாம் என்பது சீசரின் திட்டம்.

அலெக்சாண்ட்ரியா வந்திறங்கிய சீசரை அன்புடனும் மரியாதை யுடனும் வரவேற்றார் டோலெமி. நிர்வாகம் குறித்த பரஸ்பர விசாரிப்பு களுக்குப் பிறகு பாம்பேவைப் பிணமாகவோ உயிருடனோ பிடித்து ஒப்படைக்க வேண்டுமென முதலில் அன்பாகவும் பின்னர் அதிகாரத் தோரணையுடனும் மிரட்டினார் சீசர். ராஜ குரு போதினஸூம், தளபதி அசிலஸூம் மன்னர் டோலெமியுடன் நீண்ட ஆலோசனையில் ஈடுபட்டனர். பாம்பேவுக்கு அடைக்கலம் கொடுத்தால் தேவை யில்லாமல் சீசரின் கோபத்துக்கு ஆளாக நேரிடும். எகிப்தின் மீது படையெடுக்கவும் சீசர் தயங்க மாட்டார். பாம்பேவை விட சீசர்தான் இப்போது நமக்கு முக்கியம். பாம்பேவுக்கு ஆதரவளிப்பதால் எகிப்துக்கு எந்தப் பயனுமில்லை. மாறாக சீசர் விரும்புவதுபோல் பாம்பேவைக் கொன்று அவரது தலையை சீசருக்குக் காணிக்கை ஆக்கினால் ஒருவேளை எகிப்துக்கு நல்லது நடக்கலாம் என்று இறுதி முடிவெடுத்தனர்.

பாம்பேவின் படுகொலை

பாம்பேவைக் கொல்லும் பொறுப்பு அசிலஸிடம் வழங்கப்பட்டது. துறைமுகத்திலிருந்து சிறிது தூரத்தில் பாம்பேவின் கப்பல் நங்கூரமிட்டு நிறுத்தப்பட்டிருந்தது. கப்பலில் இருக்கும் பாம்பேவைப் படகில்

கரைக்கு அழைத்து வந்து பின்னர் கொல்வதாகத் திட்டம். அசிலஸ் துணைக்குச் சில வீரர்களுடன் சிறிய படகில் பாம்பேவைக் கரைக்கு அழைத்து வந்தான். எகிப்துதான் நமக்குப் பாதுகாப்பு என்ற கனவுடன் கரைக்கு வந்த பாம்பேவைச் சுற்றி கத்திகளோடும், வாள்களோடும் நின்றிருந்த வீரர்களைப் பார்த்து அவர் அதிர்ந்தார். கண் இமைக்கும் நேரத்தில் அசிலஸும் அவனது வீரர்களும் சரமாரியாக வயிற்றிலும், மார்பிலும் குத்த ரத்த வெள்ளத்தில் சாய்ந்தார் பாம்பே. ரோமாபுரியின் மாவீரனாகத் திகழ்ந்த பாம்பே ஆள் அரவமற்ற எகிப்தின் கடற்கரையில் படுகொலை செய்யப்பட்டுப் பிணமாக வீழ்ந்தார். அன்றைய தினம் கிமு 48 செப்டம்பர் 28 ஆகும். அவருக்கு 58 ஆவது பிறந்த தினமும் கூட. பிறந்த நாளிலேயே இறந்தார்.

பாம்பே இறந்ததற்கு அடையாளமாக அவரது தலை துண்டிக்கப்பட, முண்டம் கடலில் தூக்கி வீசப்பட்டது. ரோமாபுரியுடன் சமாதானமாகப் போக விரும்பிய டோலெமி எப்படியாவது பாம்பேவின் தலையைப் பரிசாகக் கொடுப்பதாக சீசரிடம் உறுதியளித்தார். சொன்னபடியே பாம்பேவைக் கொன்று அவரது தலையை சீசரிடம் ஒப்படைத்தார்.

பாம்பேவின் தலையைப் பார்த்த சீசர் கண் கலங்கினார். இன்று எதிரியாக இருந்தாலும், ஒரு காலத்தில் தன்னுடைய நெருங்கிய நண்பன். அத்துடன் தனது மகள் ஜூலியின் கணவன் என்ற முறையில் மருமகனும்கூட. பாம்பேவின் இறப்புக்குத் தானே காரணமாகி விட்டதை எண்ணி வருந்தினார். கண்ணீர்விட்டு அழுதார். அது உண்மையான கண்ணீரா அல்லது முதலைக் கண்ணீரா என்பது சீசருக்கு மட்டுமே தெரிந்த ரகசியம். இருப்பினும் தனக்குப் போட்டியாக இருந்த க்ராசஸ் மற்றும் பாம்பேயின் மரணங்களைத் தொடர்ந்து இனி தனக்குப் போட்டியே இல்லை என்று நிம்மதி அடைந்தார். ரோமாபுரியின் சக்கரவர்த்தியாக முடிசூடிக்கொள்ளும் நாள் வெகு தூரத்தில் இல்லை என்ற கனவு விரைவில் நிஜமாகப் போவதை எண்ணிப் பூரித்தார்.

பாம்பேயின் தலையை சீசரிடம் பரிசளித்துத் தனது விசுவாசத்தை உறுதிப்படுத்திய 13 ஆம் டோலெமி தனக்கும் தன்னுடைய சகோதரியும் மனைவியுமான கிளியோபாட்ராவுக்கும் இடையிலான ஆட்சி உரிமைப் போராட்டம் பற்றி சீசருக்கு விளக்கினார். ஒரு பக்கம் எதிரியான பாம்பேவைக் கொன்று அவர் தலையைப் பரிசாக அளித்த மன்னர் டோலெமி. மற்றொரு பக்கம் எகிப்தியப் பேரழகி கிளியோ பாட்ரா. இருவருமே வேண்டப்பட்டவர்கள் என்பதால் யாரை ஆதரிப்பது என்று குழம்பினார் சீசர்.

இருவருக்கும் இடையேயான சமரச முயற்சிகளைத் தொடங்கிய சீசர் தனது படையைச் சேர்ந்த 4000 வீரர்களை அரண்மனைப் பாதுகாப்புப்

பணியில் ஈடுபடுத்தினார். பராமரிப்புச் செலவுகளுக்காக 10 மில்லியன் டினாரிக்கள் தேவை என்று டோலெமியின் முதன்மைச் செயலர் போதினஸுக்குச் செய்தி அனுப்பினார். ஆனால் போதினஸ் பணத்தைக் கொடுக்காமல் காலம் தாழ்த்தியதுடன், எகிப்திய மக்களை சீசருக்கு எதிராகத் தூண்டிவிட்டார். தன்னை எகிப்தைவிட்டு விரட்டி யடிக்கவே டோலெமி திட்டமிடுவதாக சீசர் சந்தேகித்தார்.

ஆனால் அலெக்சாண்ட்ரியா மக்கள் டோலெமிக்கும், கிளியோ பாட்ராவுக்கும் இடையேயான பிரச்னையை சீசர்தான் நடுநிலையோடு தீர்த்து வைக்க வேண்டும் என்று கோரிக்கை விடுத்தனர். அலெக் சாண்ட்ரியாவைவிட்டு விரட்டியடிக்கப்பட்ட கிளியோபாட்ராவுக்கு இந்தச் செய்தி கிடைத்தது. ஒருவேளை டோலெமிக்கு ஆதரவாக சீசர் செயல்பட்டால் என்ன செய்வது என்று குழம்பினாள். அதற்கு ஒரே வழி தனது பேரழகால் சீசரை மயக்கித் தன் வலையில் வீழ்த்துவதுதான் என்று முடிவெடுத்தாள்.

தனது எதிரி பாம்பேவைத் தேடி வந்த சீசர் அவரது படுகொலையைத் தொடர்ந்து எகிப்தைவிட்டுக் கிளம்பியிருக்கலாம். அவ்வாறு வெளி யேறியிருந்தால் சரித்திரத்தின் போக்கே மாறியிருக்கும். கிளியோ பாட்ரா என்னும் கதாபாத்திரம் சீசரின் வாழ்க்கையில் நுழைந்திருக்காது. சீசரின் தலையெழுத்தும், ரோமாபுரியின் வரலாறும்கூட மாறியிருக் கலாம். ஆனால் விதியை வெல்ல யாரால் இயலும்?

கிளியோபாட்ராவின் வயது 20, சீசருக்கு 52. தனது உடலழகாலும், பேச்சுத் திறமையாலும் சீசரையும் ஆண்டனியையும் மயக்கினாள் என்றாலும் அவள் வெறும் கவர்ச்சிப் பதுமை மட்டுமல்ல. வான சாஸ்திரம், மருத்துவம், கணிதம், நகரத் திட்டமிடல், தத்துவம், அரசியல், அறிவியல் ஆகிய துறைகளையும் அறிந்திருந்தாள். கிளியோ பாட்ரா காலத்தால் அழிக்கமுடியாத கனவுக் கன்னி. தனது வேல் விழிகளாலே வாளேந்திய வீரர்களை வீழ்த்திய காதல் தேவதை. அதிக அழகு ஆபத்து என்பதற்கு மிகச் சிறந்த உதாரணம் கிளியோபாட்ரா. அவளை சீசரைச் சந்தித்தது காலத்தின் கோலம் என்றுதான் கூற வேண்டும். தன்னைத் துரத்திவிட்டு எகிப்தின் ஆட்சியைக் கைப்பற்றிக் கொண்ட சகோதரன் / கணவன் 13 ஆம் டோலெமியைப் பழிவாங்க சீசரைப் பயன்படுத்திக்கொள்ள கிளியோபாட்ரா முடிவெடுத்தாள். ஆனால் இப்போது சீசர் அலெக்சாண்ட்ரியா அரண்மனையில் விருந்தினராக இருக்கிறார். கடுமையான காவலை மீறி சீசரைப் பார்ப்பது இயலாத செயல். எனவே குறுக்கு வழியில் அவரைச் சந்திக்க மாற்று வழிகளை யோசித்தாள்.

அரண்மனைக்குள் எடுத்துச் செல்லும் பல்வேறு பொருள்களில் ஒன்றான மிகப் பெரிய கம்பளியில் தன்னையே சுருட்டி சீசரிடம்

பரிசாகஅளிக்கவேண்டும் என்பதுதான் கிளியோபாட்ராவின் திட்டம். இதைச் சரியாகச் செய்து முடிக்கும் பொறுப்பைத் தனது தோழியிடமும், மெய்க்காப்பாளர் அப்போலோடோரஸிடமும் ஒப்படைத்தாள்.

நள்ளிரவு நேரம் யாருக்கும் தெரியாமல் மெய்க்காப்பாளருடன் படகிலேறி நைல் நதியைக் கடந்து அலெக்சாண்ட்ரியாவை அடைந்தாள். கம்பளியில் சுற்றப்பட்ட கிளியோபாட்ராவைச் சுமந்துகொண்டு அப்போலோடோரஸ் தலைமையில் மெய்க்காப்பாளர்கள் அரண்மனையை அடைந்தனர். வாசலில் டோலெமி வீரர்கள் அவர்களைத் தடுத்து நிறுத்தினார்கள்.

'சீசருக்குப் பரிசளிக்க இந்தக் கம்பளியைக் கொண்டு வந்திருக்கிறோம்.'

'எதுவாக இருந்தாலும் கடுமையான பரிசோதனைகளுக்கு உட்படுத்தப்பட்ட பிறகே உள்ளே அனுப்ப வேண்டும் என்பது மன்னர் உத்தரவு.'

'இல்லை. இது விசேஷமான பரிசு. சீசரைத் தவிர வேறு யாரும் பார்க்கக் கூடாது என்பது எகிப்து மகாராணியின் கட்டளை. இன்றைக்கு வேண்டுமானால் கிளியோபாட்ரா நாட்டைவிட்டு வெளியேறி இருக்கலாம். ஆனால் நாளை மீண்டும் ஆட்சிக்கு வந்தால் உங்கள் கதி அதோகதிதான்.' மெய்க்காப்பாளர்கள் மிரட்டலுக்குப் பலன் கிடைத்தது.

இன்றைக்கு அடித்துக் கொள்வார்கள். நாளை சேர்ந்துகொள்வார்கள். கணவன் மனைவி சண்டையில் தலையிட்டு நாம் ஏன் வம்பை விலை கொடுத்து வாங்கவேண்டும் என்று மறு பேச்சு பேசாமல் வீரர்கள் அவர்களை உள்ளே அனுமதித்தனர்.

அரண்மனை அரியாசனத்தில் சீசர் கம்பீரமாக அமர்ந்து கொண்டிருந்தார்.

'இந்தக் கம்பளிக்குள் விலை மதிப்பற்ற ஒரு பரிசு உள்ளது. எங்கள் மகாராணி கிளியோபாட்ரா இதை உங்களுக்கு வழங்கச் சொல்லி இருக்கிறார். நாங்கள் வெளியேறிய பிறகே அதைத் திறந்து பார்க்க வேண்டும் என்று உத்தரவு' சுமந்து வந்த கம்பளியை சீசர் முன்பு கிடத்திவிட்டு அப்போலோடோரஸ் வெளியேறினார்.

'வைரத்தால் இழைக்கப்பட்ட கம்பளியே விலை உயர்ந்த பொருள். அதற்குள் இருப்பது இன்னும் விலையுள்ளதாகத்தான் இருக்க வேண்டும்' என்று சொல்லிக்கொண்டே கம்பளியைச் சுற்றியிருந்த கயிற்றை வாளால் அறுத்து கம்பளியைத் தரையில் உருட்டினார்.

கம்பளியின் கடைசி மடிப்பு விரிந்தவுடன் ஆயிரம் கோடி சூரியப் பிரகாசம் முகத்தில் அடித்தது போல் சீசரின் கண்கள் கூசின. பட்டுப்

போன்ற மேனியுடன், வெட்டியெடுத்த கட்டித் தங்கமாக ஒய்யாரமாகக் கம்பளியில் படுத்துக் கொண்டிருந்தாள் கிளியோபாட்ரா.

கிளியோபாட்ராவின் திட்டம் நிறைவேறியது. சீசர் அவள் வலையில் விழுந்தார். டோலெமியும் கிளியோபாட்ராவும் எகிப்தைக் கணவன், மனைவியாக இணைந்து ஆள வேண்டுமென சீசர் தீர்ப்பளித்தார். ஆனால் டோலெமியின் முதன்மை ஆலோசகரான போதினஸுக்கு இதில் உடன்பாடு இல்லை. கிளியோபாட்ராவுடன் இணைந்த கூட்டாட்சியைவிட, டோலெமியின் ஏகபோக ஆட்சி இருப்பதுதான் தனக்கு அனுகூலம் என்றெண்ணிய போதினஸ் எப்படியாவது சீசரின் கட்டுப்பாட்டிலிருந்து டோலெமியை விடுவிக்க எகிப்தின் தளபதி அசிலஸுக்கு ஆணையிட்டார்.

பொழுது விடிந்தது. எகிப்தின் மகாராணியாகும் கிளியோபாட்ராவின் கனவை நனவாக்க சீசரின் படைகள் டோலெமியுடன் போரிடத் தயாரானது. சீசரின் படை பலமோ 3000 வீரர்கள் மட்டுமே. ஆனால் எகிப்தின் தளபதி அசிலஸ் தலைமையில் 25,000 வீரர்கள் அணிவகுத்து நின்றனர். சீசர் வகுத்த போர்முறைகள் இம்முறை முற்றிலும் புதுமை யானவை. அரிமாவின் முன்பு சிதறியோடும் நரிகளாக எகிப்தியப் படைகள் கலகலத்தன. உயிர் பிழைத்தால் போதுமென்று டோலெமியும், அசிலஸும் சீறிப் பாயும் நைல் நதியில் படகிலேறித் தப்பியோட முயற்சித்தனர். ஆனால் அவர்களது படகு மூழ்கடிக்கப் பட, ஆற்று வெள்ளத்தில் மூழ்கி இருவரும் பலியானார்கள். இரு தரப்பினருக்கும் நடைபெற்ற போரில் போதினஸும் கொல்லப் பட்டார்.

இந்தச் சண்டையில் நடைபெற்ற ஒரே சோக நிகழ்வு ஆயிரம் ஆண்டுகளுக்கு முன்பே உலகப் புகழ் பெற்ற அலெக்சாண்ட்ரியா நூலகம் தீ வைத்துக் கொளுத்தப்பட்டதுதான். சீசரின் வீரத்தைப் பாராட்டினாலும், நூலகத்தை எரித்த பாவத்தை அறிஞர்களும், ஆய்வாளர்களும் கட்டாயம் மன்னிக்க மாட்டார்கள். சீசரின் வரலாற்றில் நிச்சயம் இதுவொரு அழிக்க முடியாத கரும்புள்ளி.

எகிப்துக்கு வந்த வேலை முடிந்தது. பாம்பேவின் மரணம் முடிவானது தான் என்றாலும், கிளியோபாட்ராவுடனான தொடர்பை சீசரேகூட கனவிலும் எதிர்பார்த்திருக்க மாட்டார். எகிப்துக்கு வந்து நீண்ட காலம் ஆனதால் ரோமாபுரிக்குத் திரும்புவது குறித்து கிளியோபாட்ராவுடன் பேச வேண்டுமென சீசர் ஒவ்வொரு முறையும் நினைப்பார். ஆனால் அவளைச் சந்தித்தவுடன் கேட்க வந்த விஷயம் தொண்டைக் குழியோடு நின்றுவிடும். வார்த்தைகள் வரவே வராது. கிளியோ பாட்ராவுடன் மகிழ்ச்சியுடன் காலத்தைக் கழித்தார். தொடர்ந்து பல

ஆண்டுகளாகப் போர் புரிந்த சீசரின் விழுப்புண்ணுக்கு கிளியோபாட்ரா மருந்தானாள்.

போரில் 13 ஆம் டோலெமி கொல்லப்பட்டதைத் தொடர்ந்து சீசர் தனது ஆசை நாயகியான கிளியோபாட்ராவை கிமு 47 இல் எகிப்தின் ராணியாக்கினார். எகிப்திய முறைப்படி உயிரோடு இருக்கும் கடைசி மற்றும் இளைய சகோதரனான 14 ஆம் டோலெமியை அவள் மணந்து கொண்டாள். இதற்கிடையே ரோமாபுரியில் பிரச்னைகள் முற்றவே சீசர் நாடு திரும்ப முடிவெடுத்தார். பிரிவதற்கு முன்பாக இருவரும் கடைசி தடவையாக நைல் நதியில் மிதக்கும் உல்லாசக் கப்பலில் பொழுதைச் சந்தோஷமாகக் கழித்தனர்.

14 ஆம் டோலெமியை அரசு நிர்வாகத்துக்காக கிளியோபாட்ரா திருமணம் செய்து கொண்டாலும் அவள் வாழ்ந்தது சீசருடன் தான். மூன்று மனைவிகள் உள்பட சீசருக்குப் பல காதலிகள். இருப்பினும் ஜூலியாவைத் தவிர வேறு குழந்தைகள் இல்லை. கிளியோ பாட்ராவுக்குப் பிறந்த குழந்தைதான் சிசேரியன். ஆனால் தந்தை சீசர்தானா என்பது குறித்த சர்ச்சை எழுந்தது. பல்வேறு வாத விவாதங் களுக்கு முற்றுப்புள்ளி வைக்கும் வகையில் சிசேரியனின் தந்தை நானே என்று சீசர் ஒப்புக்கொண்டு உலகறிய உறுதிப்படுத்தினார். 52 வயதான தன்னை 21 வயது கிளியோபாட்ரா காதலித்தது மற்றும் ஒரு குழந்தைக்குத் தந்தையானது குறித்து சீசருக்கு அளப்பரிய பெருமிதம் இருந்தது.

'வந்தேன், பார்த்தேன், வென்றேன்'

பல ஆண்டுகளுக்கு முன்பு கிமு 65 இல் பாம்பேவின் ரோமானியப் படைகள் ஆசியா மைனர் அரசனான மித்ரிடேட்ஸைத் தோற்கடித்தன. இப்போது ஆட்சியில் இருப்பது அவரது மகனான ஃபார்னசஸ். அப்பாவைத் தோற்கடித்த ரோமானியர்களைப் பழி வாங்க வேண்டு மென்ற வெறியுடன் காத்திருந்தான் ஃபார்னசஸ். எகிப்தைவிட்டுப் புறப்பட்ட சீசர் ஜெருசலம், ஆசியா மைனர் ஆகிய பகுதிகளைக் கடந்துதான் ரோமாபுரியை அடைய வேண்டும். எனவே தனது நாட்டின் எல்லையில் மிகப் பெரிய படையுடன் சீசரைச் சந்திக்க முடிவெடுத் தான். பல்வேறு போர்கள் காரணமாக சீசரின் படை பலம் சரிபாதியாகக் குறைந்துவிட்டது. மேலும் அடிக்கடி போர்களில் ஈடுபட்டதால் வீரர்களும் களைப்படைந்து இருப்பார்கள். சீசரை வீழ்த்த இதுவே சரியான தருணம் என்று ஃபார்னஸ் தப்புக் கணக்குப் போட்டான்.

ஜீலா என்ற இடத்தில் நடைபெற்ற உக்கிரமான போரின் இறுதியில் ஃபார்னஸ் கொல்லப்பட்டான். போர் குறித்த தனது 'கமெண்டரீஸ்'

நூலில் 'வெனி, வெடி, விசி' என்ற மூன்று சொற்களைப் பயன் படுத்தினார் சீசர். 'வந்தேன், பார்த்தேன், வென்றேன்' என்பதே இதன் பொருள். வெற்றி வாகை சூடும் அரசியல்வாதிகள் இன்றைக்கும் இவற்றைப் பயன்படுத்தி வருவது கண்கூடு.

ரோமாபுரிக்கு வந்த சீசருக்கு புரட்சி, உள்நாட்டுக் கலகம், நாள்காட்டி குழப்பங்கள் ஆகிய மூன்று முக்கியப் பிரச்னைகள் காத்திருந்தன. கடந்த பல ஆண்டுகளாகத் தனக்குச் சேவை புரிந்த லெஜியன், சென்சூரியன் படை வீரர்களுக்கு ரொக்கப் பரிசுகளும், வீடுகளும், நிலங்களும் வழங்குவதாக உறுதி அளித்திருந்தார் சீசர். ஏனோ பல்வேறு காரணங்களால் தள்ளிப் போகவே வீரர்கள் நம்பிக்கையற்று களையிழந்து காணப்பட்டனர். கட்டுப்பாட்டுக்கு இலக்கணமாக விளங்கிய ரோமானியப் படைகள் புரட்சியில் ஈடுபடவும் தயாராகி வருகிறார்கள் என்ற தகவலும் சீசருக்குக் கிடைத்தது.

படை வீரர்களை முதலில் சமாளிக்கவேண்டும். அப்போதுதான் புரட்சியைத் தடுக்கமுடியும் என்ற முடிவுடன் 'எனது உயிரினும் மேலான வீரர்களே. உங்களின் நியாயமான கோரிக்கைகளை நான் எப்போதோ நிறைவேற்றி இருக்கவேண்டும். தாமதத்துக்கு மன்னிக்கவும். குடும்பத்தினருடன் சந்தோஷமாகச் சேர்ந்திருக்க ராணுவப் பணியிலிருந்து இப்போதே உங்களைத் தாற்காலிகமாக விடுவிக்கிறேன். தேவையான பணத்தையும், வீட்டையும், நிலத்தையும் தர உத்தரவிடுகிறேன்' என்று உருகினார்.

சீசரின் நிழலாக இருந்த வீரர்களுக்குத் தெரியாதா அவரைப் பற்றி! பதினான்கு ஆண்டுகளில் இப்படியொரு பாசத்தை அவர்கள் கண்ட தேயில்லை. இது சீசரின் இயல்பில்லையே? சீசரின் பாசவலை என்பது சிலந்தி வலையைப் போன்றது. சிலந்தி வலை பின்னுவது கொல் வதற்கே தவிர கொஞ்சுவதற்கில்லை. சீசரின் பாசத்துக்குப் பின்னால் மிகப் பெரிய மோசம் காத்திருக்கிறது என்று அச்சத்தில் உறைந்த வீரர்கள் 'எங்களைப் படையிலிருந்து விடுவிக்கவேண்டாம். இன்னும் பல போர்களில் ஈடுபடத் தயாராகவே இருக்கிறோம். எங்களுக்கான வெகுமதியை உங்களுக்கு எப்போது தோன்றுகிறதோ அப்போது கொடுத்தால் போதும்' என்று பின் வாங்கினர். பாம்பேவின் மரணத்துக்குப் பிறகு அவரது வீரர்களும் ஆதரவாளர்களும் சீசருக்குப் பயந்து மூலைக்கு ஒருவராக ஓடி ஒளிந்து கொண்டனர். பாம்பேவின் மற்றொரு மாமனாரான சிபியோ பதவி ஏற்றதைத் தொடர்ந்து சிதறிக் கிடந்த பாம்பேவின் வீரர்கள் சிபியோவின் தலைமையில் ஜூபா ஆட்சி செய்து கொண்டிருந்த வடக்கு ஆப்பிரிக்காவில் மீண்டும் அணி திரளத் தொடங்கினர். தனது படைகளைக் கட்டுப்பாட்டுக்குள் கொண்டு வந்து புரட்சியைத் தடுத்தாகிவிட்டது. இனி புதிய எதிரியாக உருவாகியுள்ள

சிபியோவைச் சமாளிக்க, அமைக்க வேண்டிய புது வியூகம் பற்றிச் சீசர் சிந்தித்தார்.

ரோமாபுரியில் வெற்றி விழா

27 நாள்கள் கடல் பயணத்துக்குப் பிறகு கிமு 46இல் சீசர் ரோமாபுரி திரும்பினார். நீண்ட இடைவெளிக்குப் பிறகு ரோமாபுரி திரும்பிய சீசருக்குப் பொது மக்கள் பிரம்மாண்ட வரவேற்பு அளித்தனர். பாம்பே, க்ராசஸ் ஆகியோர் மறைந்த நிலையில் ரோமாபுரியின் எதிர்காலமே இனி சீசரின் கைகளில்தான் என்பதால் ரோமாபுரி எங்கும் குதூகலமும், பரவசமும் தாண்டவமாடியது.

கௌல், ஜெர்மனி, இங்கிலாந்து, எகிப்து, ஃபார்னஸ் எனப் பல்வேறு வெற்றிகளைத் தொடர்ந்து, நீண்ட இடைவெளிக்குப் பிறகு ரோமாபுரி திரும்பும் சீசரைப் பாராட்டும் வகையிலும், நன்றி தெரிவிக்கும் வகையிலும், நாற்பது நாள்கள் நாடே திருவிழாக் கோலம் பூண்டது. பத்தாண்டுகளுக்கு டிக்டேட்டர் பதவியோடு, தர்மங்களின் காவலர் என்னும் பட்டமும் வழங்கப்பட்டது. சீசருக்குப் பெருமை சேர்க்கும் வகையில் அவரது மார்பளவு வெண்கலச் சிலையும் நிறுவப்பட்டது. சிலையைத் தாங்கும் பீடத்தில் தெய்வம் என்று பொறிக்கப்பட்டதன் மூலம் சீசர் தெய்வ நிலைக்கு உயர்த்தப்பட்ட செய்தி நமக்குக் கிடைக்கிறது.

கொண்டாட்டங்கள் தொடங்குவதற்கு முன்பு அபசகுனமாக சீசர் பயணித்த தேரின் அச்சாணி முறிந்து குடை சாய்ந்தது. புதிய தேர் வரும் வரை சீசர் அருகிலிருக்கும் கேப்பிடோலைன் கோயில் படிகளைக் காலால் ஏறாமல் முட்டிபோட்டு ஏறி திடீரென ஏற்பட்ட தடங் கலுக்கும், கெட்ட சகுனத்துக்கும் பிராயச்சித்தம் தேடிக் கொண்டார். காதல், வீரம், தெய்வ நம்பிக்கை என சீசரின் பல்வேறு முகங்களை அவரது நடவடிக்கைகள் பிரதிபலிக்கின்றன.

நாற்பது நாள் கொண்டாட்டம் கோலாகலமாக நடைபெற்றது. வெற்றி பெற்ற நாடுகளிலிருந்து கொண்டு வந்த தங்கத்தையும், வைரத்தையும் எருதுகளும், குதிரைகளும் பூட்டிய பெரிய வண்டிகள் இழுத்து வந்தன. வெற்றிக்காக உழைத்த வீரர்களுக்கும், உயிர் துறந்த வீரர்களின் குடும்பத்தினருக்கும் சீசர் பொற்காசுகளையும் நிலங்களையும் தானமாக வழங்கினார். பொது மக்களுக்குத் தடபுடலான விருந்துடன் பொழுது போக்கு நிகழ்ச்சிகளும் அரங்கேறின. கிளாடியேட்டர் சிங்கங்களுக்கும் புலிகளுக்கும் இரையாகினர்.

ரோமாபுரியில் இல்லாத காலகட்டத்தில் தான் நியமித்த நம்பிக்கைக்கு உரியவரான மார்க் ஆண்டனியின் தவறான நடவடிக்கைகள் குறித்த

அறிக்கை சீசருக்குக் கிடைத்தது. நிர்வாகத் திறமையின்மையை மன்னித்தாலும், தனது கட்டுப்பாட்டில் இருக்கும் லெஜியன் மற்றும் சென்சூரியன் வீரர்களைப் புரட்சி செய்யத் தூண்டியதே மார்க் ஆண்டனிதான் என்று தகவல் சீசரை அதிர்ச்சிக்கு உள்ளாகியது. எனவே மார்க் ஆண்டனி வகித்த பதவிகளைப் பறித்ததுடன் அவருக்குப் பதிலாக மார்க் லெபிடஸை அதே பொறுப்புகளுக்கு நியமித்தார். சிபியோவை அடக்க கிமு 46 இல் வடக்கு ஆப்பிரிக்காவுக்குப் பயணப்பட்டார்.

வடக்கு ஆப்பிரிக்காவில் நிலைமை எதிர்பார்த்ததைவிட மோசமாக இருந்தது. சிபியோ அதிக எண்ணிக்கையில் வீரர்களைத் திரட்டி சீசருக்கு எதிராக வலுவான படையை அமைத்திருந்தார். ரோமானியப் படைகளுக்கும் சிபியோவின் தளபதியான லபீனஸுக்கும் கடுமையான போர் நடைபெற்றது. சீசரின் படை வீரர்கள் எண்ணிக்கையில் குறைவாக இருந்தாலும் வியூகம் அமைப்பதில் அவர்களை மிஞ்ச ஆளில்லை என்ற கதை பழங்கதை ஆகிப் பொய்யானது. ஆம், சீசரைத் தோற்கடித்து சிபியோ படைகள் வெற்றி வாகை சூடின. வெற்றி களையே சுவைத்துப் பழக்கப்பட்ட சீசர் முதல் முறையாக அன்றுதான் தோல்வியின் கசப்பை உணர்ந்தார். அடிபட்ட வேங்கையென அடுத்த நாள் போரில் பாய்வதற்குத் தயாரானார் சீசர்.

தப்சஸ் பாலைவனத்தில் இரு படைகளும் மோதிக் கொண்டன. சீசரின் படைகளுக்கு முன் சிபியோ யானைப் படைகளைக் குவித்திருந்தார். சீசரின் வீரர்கள் கையிலிருந்த ஈட்டிகள் பளபளத்தன. ஆனால் அவற்றை யானைகள் மீது வீசியெறிந்து காயப்படுத்தவில்லை. மாற்றாக மத்தளங்கள் மற்றும் மேளங்கள் மூலம் காதைக் கிழித்துச் செவிடாக்கும் பெரும் ஓசைகளை எழுப்பினர். செவிகளைப் பிளக்கும் பேரிகை ஒலியும், சூரியக் கதிர்களில் மின்னும் ஈட்டிகளின் ஒளியும் ஒருசேர யானைகளின் காதுகளைச் செவிடாக்கிக் கண்களையும் கூச வைத்தன. யானைகள் மிரளத் தொடங்கி முன்னேறாமல் பின்வாங்கின.

யானைகள் பின்புறமாக நடந்ததால், அவற்றிற்குப் பின்னே அணி வகுத்து நின்றிருந்த குதிரைகள் மிரட்சியில் கனைத்தன. பின் பக்கம் திரும்பிய யானைகள் குதிரைகள் மீதும், காலாட் படை வீரர்கள் மீதும் மிரண்டு ஓடத் தொடங்கின. யானையின் கால்களில் சிக்கி வீரர்களும், குதிரைகளும் மிதிபட்டு இறந்தனர். யானைகளின் பிளிறல் செவியைப் பிளக்க, குதிரைகளும் யானைகளும் தாறுமாறாகக் குறுக்கும் நெடுக்கும் ஓடின. நண்பன் யார், பகைவன் யார் என்று தெரியாமல் புழுதி பறக்கப் போர் தீவிரமடைந்தது. சொட்டுத் தண்ணீர்கூட இல்லாத பாலை வனத்தில் இப்போது ஆறாகச் செந்நீர் ஓடியது.

அரசன் ஜுபா தோல்வியின் அதிர்ச்சியைத் தாங்க முடியாமல் பாலைவனத்திலேயே தற்கொலை செய்துகொண்டான். சிபியோ களத்திலேயே மரணத்தைத் தழுவ, லபினஸ் மட்டும் சீசரின் படைகளிடம் சிக்காமல் தப்பி ஓடினான். இதே போன்ற வியூகத்தை கார்த்தஜீனியர்களின் தலைவனான ஹனிபாலை எதிர்த்து கிமு 202 இல் அப்போதைய ரோமானியத் தளபதி ஆஃப்ரிகானஸ் அமைத்து வெற்றி கொண்டார். அதே பாணியை இப்போது சீசர் பயன்படுத்தி சிபியோவின் படைகளைத் துவம்சம் செய்தது குறிப்பிடத்தக்கது.

எல்லாச் சிக்கல்களும் முடிந்தன என்று சீசர் பெருமூச்சு விட்டபோது நிம்மதியைக் கெடுக்கும் வகையில் இரு செய்திகள் கிடைத்தன. வடக்கு ஆப்பிரிக்காவில் பாம்பே கொல்லப்பட்ட பிறகு அவனது இரு மகன்களான ஞானஸும் செக்ஸ்டஸும் அங்கிருந்து ஸ்பெயினுக்குத் தப்பிச் சென்றதாகவும், தனது லெஜியன்களின் இரு பிரிவுகள் அவர்களுடன் இணைந்துவிட்டதாகவும் ஒற்றர்கள் தகவல் அனுப்பி யிருந்தனர். பாம்பேயின் மகன்களால் மீண்டும் பிரச்னை முற்றுவதைத் தடுக்க சீசர் படைகளுடன் ஸ்பெயினுக்குக் கிளம்பினார். அங்கு சென்றதும் லெஜியன்களில் மேலும் மூன்று பிரிவுகள் அவர்களுடன் சேர்ந்தது கண்டு அதிர்ச்சியடைந்தார். போர்க் காலங்களில் தோளோடு தோள் நின்று வெற்றிகளைக் குவித்த லெஜியன்களுக்குப் பல்வேறு சலுகைகளை அளிப்பதாக அளித்த உறுதிமொழிகளுள் ஒன்றைக்கூட சீசர் நிறைவேற்றவில்லை. பொறுத்துப் பொறுத்து இறுதியில் வெறுத்துப் போன படை வீரர்கள் இனியும் சீசருடன் இருப்பதில் எந்தப் பயனுமில்லை என முடிவெடுத்திருந்தனர்.

முண்டா என்ற இடத்தில் சீசரின் படைகளும், பாம்பே மகன்களின் படைகளும் மோதிக் கொண்டன. தொடக்கத்தில் தோல்வியைச் சந்தித்தாலும், இறுதி வெற்றி சீசருக்குத்தான். பாம்பேயின் இரு மகன்களான ஞானஸும், செக்ஸ்டஸும் களத்திலேயே மடிந்தனர். வெற்றித் திருமகனாக ரோமாபுரிக்குத் திரும்பிய சீசருக்கு அதுவரை இல்லாத அளவுக்கு பிரம்மாண்ட வரவேற்பு அளிக்கப்பட்டது. இதில் இன்னொரு விசேஷமும் உண்டு. சீசரை வரவேற்க, எகிப்து ராணியும் அவரது காதலியுமான, கிளியோபாட்ரா மகன் சிசேரியனுடன் ரோமா புரியில் காத்திருந்தார்.

ரோமாபுரியில் நடைபெற்ற கொண்டாட்டங்களுக்கு இடையே இரு சோக நிகழ்ச்சிகளும் அரங்கேறின. விசாரணை என்ற பெயரில் சிறையில் அடைக்கப்பட்ட வெர்சிங்கடோரிக்ஸ் தூக்கிலிடப் பட்டான். டோலெமி அல்யூடெஸுக்குப் பிறந்த நான்கு பெண்கள் மற்றும் இரண்டு ஆண்களுள் இப்போது உயிருடன் இருப்பவர்கள் கிளியோபாட்ராவும், அவளது சகோதரனும் கணவனுமான

பதினான்காம் டோலெமியும் இளைய சகோதரியும்தான். கிளியோ பாட்ரா மனதில் என்ன தோன்றியதோ தெரியவில்லை. என்றேனும் ஒரு நாள் தனக்கு எதிராகவும், எகிப்தின் அரியணைக்குப் போட்டியாகவும், சீசரை மயக்கி அதிகாரத்துக்கு வந்துவிடுவாளோ என்ற அச்சத்தில் சொந்தத் தங்கையையே கொல்ல உத்தரவிட்டாள். பதவி வெறிக்கு முன் ஆண் என்ன, பெண் என்ன? சொந்தம் என்ன, பந்தம் என்ன?

7

சீசரின் படுகொலை

ஜெர்மனி, பிரிட்டன், பிரான்ஸ், ஸ்பெயின், கிரேக்கம், எகிப்து, ஆசியா மைனர், வடக்கு ஆப்பிரிக்கா என வரிசையாகப் பல நாடுகளை வெற்றி கொண்டதுடன், தன்னை எதிர்த்த பாம்பே, பன்னிரண்டாம் டோலெமி, ஃபார்னசஸ், ஞானஸ், செக்ஸ்டஸ் ஆகியோரையும் கொன்று குவித்து, நான்கே வருடங்களில் சீசர் படைத்த மகத்தான சாதனை நம்புவதற்குக் கடினம் என்றாலும் நிஜமே. இதுபோன்ற தொடர் வெற்றிகளை வேறெந்த ரோமானிய வீரரும் சீசருக்கு முன்பும் சரி, பிறகும் சரி பெற்றதில்லை என்பதும் வரலாற்று உண்மையாகும். உலக வரலாற்றில் ஜூலியஸ் சீசரின் வெற்றிக்கு இணையாக மற்றொரு வரைச் சொல்ல வேண்டுமெனில் மாவீரன் அலெக்சாண்டரைத்தான் உதாரணம் காட்டவேண்டும்.

பணம், பெண், பதவி ஆகியவற்றுக்கு சீசர் அடிமை என்றாலும், மிகச் சிறந்த நிர்வாகி என்பதையும் மறுப்பதற்கில்லை. சீசர் அறிமுகப் படுத்திய சீர்திருத்தங்கள் காலம் கடந்து பேசப்படுவதுடன் இன்றைக்கும் பல நாட்டு அரசியல் அமைப்புச் சட்டங்களுக்கு முன்னோடியாகவும், முன் உதாரணமாகவும் திகழ்கின்றன.

கிமு 45 அக்டோபரில் சீசர் ரோமாபுரிக்குத் திரும்பினார். சமூகச் சீர்திருத்தங்களைத் தொடர்ந்து அரசியல் ரீதியான மாற்றங்களும் நிகழ்ந்தன. 'இம்பெரடர்' என்னும் பதவியுடன், ஸ்பெயின் மீதான வெற்றியைத் தொடர்ந்து 'லிபரேட்டர்' என்னும் புதிய பொறுப்பும்

வழங்கப்பட்டது. சீசரைக் கௌரவிக்கும் வகையில் விடுதலை தேவதையான ‘லிபரேட்டஸ்’ மற்றும் ‘ரோமுலஸ்’ ஆகியோர் நினைவாக சிலைகளும், குவிண்டால் மலை பகுதியில் சீசர் வசிப்பதற்கு பிரம்மாண்ட மாளிகையும் நிறுவப்பட்டன. ராணுவம் மற்றும் நிதியை நிர்வகிக்க பத்து ஆண்டுகளுக்கு கவுன்சலாகவும் நியமிக்கப்பட்டார். பதவிகளுக்குச் சிகரம் வைப்பதுபோல் ‘பேட்டர் பேட்ரியேட்’ (தேசப் பிதா) என்னும் புதிய கௌரவமும் தேடி வந்தது.

‘நிரந்தர சர்வாதிகாரி’ ஆனார் சீசர். தாற்காலிக சர்வாதிகாரி பொறுப்பில் நியமிக்கப்பட்ட சீசரை செனேட் கிமு 44 பிப்ரவரி 14 ஆம் தேதி ஆயுள் முழுமைக்குமான நிரந்தர சர்வாதிகாரியாக நியமித்து ஆணை பிறப்பித்தது. மிகப் பெரிய கௌரவம் என்பதால் சீசர் மகிழ்ச்சியுடன் ஏற்றுக்கொண்டார். புதிய பொறுப்பை ஏற்றுக்கொண்டு ரோமாபுரி மக்களிடையே பேசுகையில் ‘இன்றைய தினம் எனக்கு மகிழ்ச்சியான தினம். ஆனால் நான் செய்யவேண்டிய இன்னொரு கடமை பாக்கி யிருக்கிறது. கிமு 53 இல் எனது ஆருயிர் நண்பன் க்ராசஸைக் கொன்ற பார்த்தியன்களைப் பழிவாங்க வேண்டும். அப்போதுதான் ரோமாபுரிக்கு நேர்ந்த களங்கம் நீங்கும். ‘சர்வாதிகாரி’ என்னும் பட்டத்துக்கு அப்போதுதான் நான் பொருத்தமானவனாக இருப்பேன்’ என்று சூளுரைத்தார்.

சீசருக்கு இப்போது வயது 55. உள்ளத்தால் உறுதியாக இருந்தாலும், உடல் ஆரோக்கியமாக இல்லை. முதுமையின் ரேகைகள் தேகம் முழுவதும் படர்ந்திருந்தன. இரு முறை வலிப்பு நோயாலும் தாக்கப் பட்டிருந்தார். பிறவிலேயே வலிப்பு நோயாளியாக இருந்திருந்தால் மிகப் பெரிய பொறுப்புகளுக்கு செனேட் அவரைத் தேர்ந்தெடுத் திருக்காது. மன அழுத்தம் காரணமாக இடையிலே வலிப்பு ஏற்பட்டி ருக்கக்கூடும். தான் சோர்ந்தும், தளர்ந்தும் போகவில்லை என்பதை நிரூபிக்கவே பார்த்தியன்களுக்கு எதிரான போருக்குத் தலைமை தாங்கவும் முடிவெடுத்தார்.

மார்க் ஆண்டனி தனது தவறுகளுக்கு மன்னிப்பு கேட்டுக் கொண்டதால், போருக்குப் புறப்படுவதற்கு முன்பாக அவரை கிமு 44 இல் கவுன்சலாக நியமித்தார். அவருடன் 14 ப்ரியேட்டர்கள், 40 க்வெஸ்டர்களும் பதவியேற்றுக் கொண்டனர். தனது வளர்ப்பு மகனான ஆக்டேவியஸை ராணுவப் பயிற்சி பெற மேசிடோனி யாவுக்கு அனுப்பி வைத்தார்.

உள்நாட்டுப் போர்களில் சீசர் பெற்ற வெற்றி சற்றேறக்குறைய 30 ஆண்டுகளுக்கு முன்பு சுல்லா பெற்ற வெற்றிக்கு இணையானதாகும். சுல்லாவைப் போலவே சீசரும் சர்வாதிகாரி என்னும் பதவியைப்

பெறுவதில் குறியாக இருந்தார். இந்தப் பதவி ரோமானிய ஆட்சி அமைப்பில் வழக்கமானதுதான் என்றாலும், ஹனிபால்களுக்கு எதிரான போர்களுக்குப் பிறகு சர்வாதிகாரி பதவியை யாரும் வகிக்க வில்லை. இந்தப் பதவியை மீண்டும் அலங்கரித்தவர் சுல்லா மட்டுமே. கட்டுப்பாடுகளற்ற அதிகாரம் என்பதுடன் ட்ரிப்யூன்களின் வீடோ அதிகார எல்லைகளுக்கு உட்படாதது என்பதும் இந்தப் பதவியின் சிறப்பாகும்.

கிமு 48 மற்றும் 47 இல் இதே சர்வாதிகாரி பதவியில் சீசருக்குக் கிடைத்தாலும் அவை அவசரம் கருதி குறுகிய கால நியமனமே ஆகும். பிரச்னை நீடிக்கும் வரை அல்லது அதிகபட்சம் ஆறு மாத காலம் வரை, இரண்டில் எது குறைவோ அதுவரைதான் சர்வாதிகாரி பதவியில் நீடிக்க முடியும். ஆனால் இப்போது கிடைத்த நிரந்தர சர்வாதிகாரி என்னும் பொறுப்புதான் கட்டுப்பாடற்ற வானளாவிய அதிகாரத்தை சீசருக்குக் அளித்தது. இதைத்தான் எதிர்பார்த்து அவரும் காத்திருந்தார்.

சீர்திருத்தங்கள்

சிசருக்குக் கிடைத்த நிரந்தர சர்வாதிகாரி பொறுப்பு காரணமாக அரசியல், சமூகம், பொருளாதாரம் மற்றும் சட்டச் சீர்திருத்தங்களை அறிமுகப்படுத்த அவருக்குப் பெரிதும் உதவியது.

முதலாவது 'அரசியல்' சீர்திருத்தங்கள். ஆரோக்கியமற்ற போட்டி ஊழலுக்கும், வன்முறைக்கும் வழிவகுத்ததால், தனது அதிகாரத்தைப் பயன்படுத்தி பல்வேறு பொறுப்புகளுக்கான நபர்களைத் தானே நேரடியாக நியமித்தார். பாரம்பரியப் பெருமை இல்லாத குடும்பங் களைச் சேர்ந்த பலர் சீசரின் தயவால் செனேட் உறுப்பினரானார்கள். ப்ரியேட்டர்கள் எண்ணிக்கை 8 இல் இருந்து 16, எய்ட்லஸ்கள் எண்ணிக்கை 4 இல் இருந்து 6, க்வெஸ்ட்டர்கள் எண்ணிக்கை 20 இல் இருந்து 40 ஆயின.

சீசரின் சமூகச் சீர்திருத்தங்களில் முக்கியமானவை வறுமை ஒழிப்பு. க்ளாடியஸ் அறிமுகப்படுத்திய இலவச தானியம் வழங்கும் திட்டத்தில் 3 லட்சத்துக்கும் அதிகமானோர் பயனாளி பட்டியலில் இருந்தனர். ஆனால் சீசர் பட்டியலை மறு ஆய்வு செய்ததில் உண்மையான பயனாளிகள் எண்ணிக்கை 1,50,000 ஆகக் குறைந்தது. இது அரசு கஜானாவின் செலவைக் குறைத்ததுடன், தானியக் கிடங்கின் கையிருப்பையும் அதிகரித்தது. இதற்கான பொறுப்பாளர்களாக ப்ரியேட்டர்கள் நியமிக்கப்பட்டனர். பட்டியலிலிருந்து வசதி படைத் தவர்கள் பெயர்களை நீக்கிவிட்டு குறைந்த வருவாய் பிரிவினர் மட்டும் பயன்பெறுமாறு பார்த்துக் கொண்டார்.

ரோமாபுரியில் பெருகி வரும் மக்கள் தொகையைக் குறைக்க அதன் ஆட்சி அதிகாரத்துக்கு உட்பட்ட ஆப்பிரிக்கா, தெற்கு பிரான்ஸ், கிரேக்கம் ஆகிய நாடுகளில் ரோமானியர்களைக் குடியமர்த்தினார். இதன்மூலம் ரோமாபுரியில் மக்கள் தொகைப் பெருக்கம் குறைந்ததுடன் மேற்கூறிய நாடுகளில் ரோமானியர்களின் எண்ணிக்கை அதிகரித்தது. அவர்களை ஊக்குவிக்க குடியமர்த்தப்பட்ட நாடுகளில் நிர்வாகப் பொறுப்புடன், வீடு, நிலம், ரொக்கம் ஆகியவையும் வழங்கப்பட்டன.

ரோமானியர்களின் எண்ணிக்கையைப் பெருக்க, அதிகக் குழந்தைகளை, குறிப்பாக மூன்றுக்கு மேல் பெற்றுக்கொள்ளும் தம்பதிகளுக்குப் பல்வேறு சலுகைகள் அளிக்கப்பட்டன. 20-40 வயதுள்ள ரோமானியர்கள் இத்தாலியைவிட்டு வெளிநாடுகளில் அதிகபட்சம் மூன்று ஆண்டுகளுக்கு மேல் தங்கக் கூடாது என்று உத்தரவிடப்பட்டது. ரோமாபுரி அடிக்கடி போர்களைச் சந்தித்துக் கொண்டிருந்ததால் 20-40 வயதுள்ள ரோமானியர்களை எப்போது வேண்டுமானாலும் கட்டாய ராணுவச் சேவைக்கு அழைக்கவே இந்தச் சட்டத்தை சீசர் இயற்றினார். செனேட் உறுப்பினர்களின் ஆண் வாரிசுகளுக்கு இந்தச் சட்டம் இன்னும் கடுமை. அதிகாரப்பூர்வ அரசுப் பணி நிமித்தமாக மட்டுமே அவர்கள் வெளிநாடு செல்ல அனுமதிக்கப்பட்டனர்.

ஆடம்பரமான செலவுகளுக்கும், அரண்மனைக் குடியிருப்புகளுக்கும் தடை விதித்தார். அத்தியாவசியச் செலவுகளுக்கு மட்டுமே அனுமதி என்றும் தேவையற்ற செலவுகள் சம்பந்தப்பட்டவர் வருமானத்திலிருந்து கழிக்கப்படும் என்றும் அறிவித்தார். சீசரே ஒரு ஆடம்பரப் பிரியர், சொகுசான வாழ்க்கை வாழ்பவர் என்னும் கோணத்திலிருந்து பார்க்கும்போது இத்தகைய ஆணையை அவர் பிறப்பித்தது ஆச்சரியம் தான். சீசரின் தொடக்க காலத்தில் அவருக்குப் பெரும் பொருள் ஈட்டித் தந்தது அடிமைகளின் வியாபாரம்தான். ஒவ்வொரு போரிலும் கைதாகும் அடிமைகளைச் சந்தையில் விற்றே தனது கடன்களை அடைத்தார். இருப்பினும் தற்போது அடிமைகளின் வாழ்க்கைத் தரத்தை உயர்த்துதல், நல வாழ்வு ஆகியவற்றில் தீவிர கவனம் செலுத்தினார். அடிமைகள் வர்த்தகத்தில் முன்புபோல் அதிக ஆர்வம் காட்டவில்லை.

மூன்றாவதான பொருளாதாரச் சீர்திருத்தங்கள் அடிக்கடி நிகழும் உள்நாட்டு மற்றும் வெளிநாட்டுப் போர்களைக் கருத்தில் கொண்டு அறிமுகமாயின. தொடர்ந்து நடைபெற்ற போர்களால் தறிகெட்டு உயர்ந்து கொண்டிருந்த விலைவாசியால் மக்கள் கடுமையாகப் பாதிக்கப்பட்டனர். முதற்கட்டமாகப் போருக்கு முன்பு நிலவிய அதே விலைக்குச் சொத்துக்களின் மதிப்பு குறைக்கப்பட்டது. வட்டி விகிதம் அதிகமிருந்ததால் பலர் வாங்கிய கடனுக்கான அசலை மட்டுமின்றி வட்டியையும் செலுத்தவில்லை. எனவே கடனுக்கான வட்டி

விகிதத்தைக் குறைத்து, கட்டாதவர்களுக்கு இதுவே கடைசி வாய்ப்பு என்று அறிவித்தார். வட்டி குறைந்ததால் பலர் தாங்களாகவே முன் வந்து அசலையும், வட்டியையும் செலுத்தினர். அரசு கஜானாவில் வருமானம் பெருகியது.

க்ளாடியஸ் மரணத்தைத் தொடர்ந்து ஏற்பட்ட கலவரத்தில் தீக்கிரை யாக்கப்பட்ட செனேட் கட்டடத்தின் மராமத்துப் பணிகளுக்கு உத்தர விட்டார். சமூகப் போர்கள் நிறைவு பெற்றதைத் தொடர்ந்து நிறுத்தி வைக்கப்பட்டிருந்த ஆயத் தீர்வு வசூல்கள் மீண்டும் முடுக்கி விடப்பட்டன. கடல்வழி வாணிகத்தை விரிவுபடுத்த முக்கியத் துறை முகமான ஆஸ்டியாவின் சீரமைப்புப் பணிகளுக்கு ஆணையிட்டார்.

நான்காவதான சட்டத் திருத்தங்களில் முக்கியமானது படுகொலை, வன்முறை மற்றும் நம்பிக்கைத் துரோகம் தொடர்பானவை. வசதி படைத்தவர்கள் செய்த படுகொலைகள் நிரூபணமானால் அவர்கள் நாட்டைவிட்டு வெளியேற்றப்பட்டதுடன், சரி பாதி சொத்துகளும் பறிமுதலாயின. வன்முறை மற்றும் நம்பிக்கைத் துரோகங்களுக்கு தண்டனையாக நாட்டைவிட்டு விரட்டப்பட்டனர். நாடு கடத்தப்பட்ட வர்களுடன் தொடர்பு வைத்துக் கொள்ளக்கூடாது என்றும் மீறுபவர்கள் தண்டனைக்குள்ளாவார்கள் என்றும் அறிவிக்கப்பட்டது.

நாள்காட்டி

சீசரின் சீர்திருத்தங்களுக்குச் சிகரம் வைத்ததுபோல் இன்றைக்கும் சிறப்பாகப் போற்றப்படுவது கிமு 45 இல் அறிமுகப்படுத்திய நாள்காட்டிதான். அதுவரையில் ரோமானிய நாள்காட்டி சந்திரனை அடிப்படையாகக் கொண்ட 12 மாதங்கள் ஆகும். பிப்ரவரிக்கு மட்டுமே 28 நாள்கள், மற்ற மாதங்களுக்கு 29 அல்லது 30 நாள்கள். இதன் காரணமாக ஆண்டுக்கு 355 நாள்கள் மட்டுமே. ஆனால் சூரிய ஆண்டுக்கு 365 ¼ நாள்கள் என்பதால் ஒவ்வொரு ஆண்டும் 10 ¼ நாள்கள் வேறுபாடு தொடர்ந்துகொண்டே இருந்தது. இந்த வேறுபாடு சரி செய்யப்படாத தால் அதிகாரப்பூர்வ சந்திர ஆண்டு சூரிய ஆண்டைவிடப் பன்மடங்கு பின் தங்கியது. சரியான நாளில் முக்கியப் பண்டிகை மற்றும் அறுவடை நாள்களைக் குறிக்க முடியாமல் ரோமானியர்கள் திணறினார்கள்.

கிரேக்க விஞ்ஞானி சோசிஜெனஸ் 365 நாள்களைக் கொண்ட சூரியனை அடிப்படையாகக் கொண்ட நாள்காட்டியை உருவாக்க சீசரால் நியமிக்கப்பட்டார். ரோமானியர்களுக்காக இது உருவாக்கப்பட்டிருந் தாலும், இதுதான் இன்றைய நாள்காட்டியின் ஆதாரமாகும். நான்கு வருடங்களுக்கு ஒரு முறை பிப்ரவரிக்கு 1 நாள் கூடுதலாகச் சேர்க்கப் பட்டது. அதாவது 29 நாள்கள். புதிய நாள்காட்டியுடன் பழைய

நாள்காட்டியைச் சமன் செய்ய கிமு 46 இல் 12 மாதங்கள் 15 மாதங்களாக அதாவது 90 நாள்களைச் 355 நாள்களுடன் சேர்த்து 445 நாள்களாக்கப் பட்டன. அத்துடன் ஜூலியஸ் சீசர் என்னும் தனது பெயரை மக்கள் நினைவில் கொள்ளவேண்டும் என்பதற்காக 'ஜூலை' என்னும் புதிய பெயரை ஏழாவது மாதத்துக்குச் சூட்டினார். 1500 ஆண்டுகள் ஜூலியஸ் சீசர் அறிமுகப்படுத்திய நாள்காட்டி பயன்பாட்டில் இருந்தது. இந்த நாள்காட்டியில் 1582 இல் போப்பாண்டவர் 13ம் கிரிகோரி சில மாற்றங்களைச் செய்ய அதுவே இன்றைக்கும் நாம் பயன்படுத்தும் கிரிகோரியன் நாள்காட்டியாகும்.

சீசருக்கு வழங்கப்பட்ட பதவிகள், கௌரவங்கள் ஆகியவற்றைத் தங்கத் தகடுகளில் பொறித்து அவரிடம் வழங்க வீனஸ் எனப்படும் வெள்ளி தேவதைக்கான கோயிலில் செனேட் உறுப்பினர்கள் பிரம்மாண்ட விழாவுக்கு ஏற்பாடு செய்திருந்தனர். விருதோ பாராட்டோ பெறுபவர் பொதுவாக அவற்றை எழுந்து நின்று பெற்றுக் கொள்வது தான் நாகரிகம். ஆனால் சீசர் இருக்கையில் அமர்ந்தவாறே அதைப் பெற்றுக் கொள்ள, விழாவில் கலந்து கொண்டவர்கள் அதனை அவமரி யாதையாகக் கருதினர். சட்ட ஆலோசகர் ட்ரபேட்டியஸ் சொன்ன பிறகே சீசர் தனது தவறை உணர்ந்துகொண்டார். தனக்கு உடல்நிலை சரியில்லாதால் எழுந்து நிற்கமுடியவில்லை என்றும் இந்த நோய் யாருக்கு வந்தாலும் இதே நிலைதான் என்றும் சமாதானம் சொன்னார். அன்று அவருக்குக் கடுமையான வயிற்றுப்போக்கு இருந்ததாகவும் அதனால்தான் இருக்கையைவிட்டு எழுந்திருக்கவில்லை என்றும் சொல்கிறார் சீசரின் சகாவான கேஷியஸ்.

திருவிழா

வாழ்நாள் முழுமைக்குமான சர்வாதிகாரியாகத் தேர்ந்தெடுக்கப்பட்ட இரு நாள்களுக்குப் பிறகு சீசர் ரோமாபுரியின் மிகச் சிறந்த பண்டிகைகளுள் ஒன்றான 'லூபெர்கேலியா' நிகழ்ச்சியில் பங்கேற்கச் சென்றார். மார்க் ஆண்டனிதான் இதற்கான ஏற்பாடுகளைச் செய்திருந்தார். நுமிடர் அரசனுக்கு சில்வியா மற்றும் அமுலியஸ் என இரு வாரிசுகள். செவ்வாய் கிரகத்துக்கும், ரியா சில்வியாவுக்கும் பிறந்த மகன்களான ரோமுலஸ் மற்றும் ரீமஸ் ஆகியோருக்குப் பெருமை சேர்க்கும் விழா லூபெர்கேலியா ஆகும். ரோமுலஸ் மற்றும் ரீமஸுக்குப் பாலூட்டிய அந்த ஓநாயின் குகை உள்ள இடத்தில்தான் ஒவ்வொரு ஆண்டும் இந்தப் பண்டிகைக் கொண்டாட்டங்கள் கோலா கலமாகத் தொடங்கும்.

தங்கத்தில் வடிவமைக்கப்பட்ட அலங்கார ரதத்தில் அமர்ந்துகொண்டு சீசர் கோலாகலமாக நடைபெற்ற நிகழ்ச்சிகளைக் கண்டு ரசித்தார்.

அப்போது சீசரின் நெருங்கிய தோழர்களுள் ஒருவரான மார்க் ஆண்டனி அவருக்கு மக்களின் சார்பாக கிரீடத்தை அணிவிக்க முயன்றார். ஆனால் சீசர் அந்த மகுடத்தை அணிய மறுத்ததுடன் அதை மக்கள் குழுமியிருக்கும் கூட்டத்தில் தூக்கி எறிந்தார்.

தனக்கு ஆண்டனி அணிவிக்க வந்த மகுடத்தை சீசர் வீசி எறிந்ததில் இரு விஷயங்கள் அடங்கி உள்ளன. முதலாவது எனக்கு இதிலெல்லாம் மிகுந்த ஆர்வமில்லை. நான் என்றென்றும் உங்களில் ஒருவன்தான் என்பதை மக்களுக்குத் தெரிவிக்கும் கபட நாடகம். கிரீடத்தை அணிவித்து என்னை அந்நியப்படுத்தி விடாதீர்கள் என்று போலித்தனம் காட்டும் அரசியல்வாதி குணம். இரண்டாவது கிரீடத்தை மன்னர்தான் அணிந்து கொள்ள முடியும். அவருக்கே அந்த உரிமை உள்ளது. சீசர் அதை அணிந்து கொள்ள முன் வந்தால் என்றேனும் ஒரு நாள் மன்னராகும் ஆசை உள்ளது என்பதை அவரே வெளிப்படையாக ஒப்புக் கொள்வது போலாகும். தனது வளர்ச்சியைக் கண்டு பொறாமைப்பட்டுத் தன்னைக் கவிழ்க்க நேரம் பார்த்துக் கொண்டிருக்கும் அரசியல்வாதிகள் மத்தியில் மன்னராகும் எண்ணம் இருக்கிறது என்று தெரிய வந்தால் பல்வேறு பிரச்னைகளைச் சந்திக்க நேரிடும் என்று சமயோசிதமாக யோசித்தே தனக்குக் கீரீடம் அணிந்துகொள்வதில் விருப்பமில்லாததுபோல் சீசர் காட்டிக் கொண்டார்.

இந்தச் செய்கை தன் மீதான கௌரவத்தை மக்களிடையே அதிகரிக்கும் என்பது சீசரின் கணக்கு. ஒரு வகையில் அது உண்மையும் ஆனது. ஏற்கெனவே நிலச் சீர்திருத்தங்கள், மானியங்கள் என மக்கள் நலத் திட்டங்களை அமல்படுத்தி சீசருக்குக் கிடைத்த நற்பெயர், தனக்குச் சூட்டிய மகுடத்தை வேண்டாமென்று தூக்கிய எறிந்தபோது இன்னும் பன்மடங்கு பெருகியது.

ஆனால் மகுடத்தைத் தூக்கி எறிந்த சீசரின் நடவடிக்கையை ஆண்டனி அவ்வளவாக ரசிக்கவில்லை. ஏற்கெனவே ஒரு முறை பதவிகளைப் பறித்துக்கொண்டு அசிங்கப்படுத்தினார். இப்போது மீண்டும் தன்னை அவமானப்படுத்தி விட்டதாகவே ஆண்டனி நினைத்தார். ஆண்டனி மட்டுமின்றி அவரைப்போல் இன்னும் பல செனேட் உறுப்பினர்கள் சீசரைப் பழி வாங்கத் துடித்துக் கொண்டிருந்தார்கள்.

சீசரைக் கொல்லச் சதித் திட்டம்

மக்கள் செல்வாக்கு பெற்ற சீசரை, அசுர பலத்துடன் அதிகாரத்தில் அமர்ந்திருக்கும் சீசரை, அரசியல் ரீதியாக வீழ்த்த முடியாது. அவர் உயிருடன் இருந்தால் இன்றைக்கு இல்லாவிட்டாலும், என்றைக் காவது ஒரு நாள் ஆபத்துதான் என்றெண்ணிய அவரது எதிரிகள்

இதற்கான ஒரே தீர்வு சீசரைத் தீர்த்துக் கட்டுவதுதான் என்ற ஏகோபித்த முடிவுக்கு வந்தனர்.

சீசரைக் கொல்வதற்கான சதி ஆலோசனை கிமு 45 முதற்கொண்டே தொடங்கினாலும் கிமு 44 பிப்ரவரியில்தான் முழுமை அடைந்தது. அவரது எதிர்ப்பாளர்களுடன், நீண்ட கால ஆதரவாளர்களும் கூட்டத்தில் கலந்துகொள்ளக் காரணம் அவர்களுக்கும் சீசர் மீது ஏதோவொரு ஆழமான வெறுப்பு இருந்தது. ஆதரவாளர்களாகக் கருதப்படும் சல்பிஷியஸுக்கு கவுன்சலும், பாசிலஸுக்கு ஆளுநர் பதவியும் கிடைக்காததால் சீசர் மீது கோபமாக இருந்தனர். இன்னொரு ஆதரவாளரான சிம்பரின் சகோதரர் நாடு கடத்தப்பட்டிருந்தார். பலமுறை கடிதமாகவும், நேரிலும் கோரிக்கை வைத்தும், நாடு கடத்தும் உத்தரவை ரத்து செய்ய மறுக்கவே சீசர் மீது சிம்பருக்கும் வருத்தம் இருந்தது.

எதிரிகளும் அதிருப்தியாளர்களும் குழுவாகச் சேர்ந்து சீசரைக் கொல்லத் திட்டமிட்டனர். சதித் திட்டம் தீட்டிய அறுபது நபர்களுள் மார்க் ஆண்டனி முக்கியமானவர். அடுத்தது ப்ரூடஸ் மற்றும் அவரது மனைவி போர்ஷியா. சதிகாரக் கூட்டத்தின் ஒரே பெண்மணி போர்ஷியாதான்.

சீசருக்கு எதிரான சூழலைத் தனக்குச் சாதகமாகப் பயன்படுத்திக் கொள்ள முதலில் வித்திட்டவர் ட்ரெபொனியஸ் ஆகும். அவர் முதன் முதலில் சதி ஆலோசனை செய்தது சீசரின் தீவிர விசுவாசியான மார்க் ஆண்டனியோடுதான். முதலில் தயக்கம் காட்டினாலும் பின்னர் திட்டத்தை நிறைவேற்ற ஆண்டனி முழு மனதுடன் சம்மதித்தார். ஒவ்வொருவருக்கும் தனிப்பட்ட பிரச்னைகள் இருந்தாலும் அனைவரும் சீசரை வெறுக்கப் பொதுவான ஒரே காரணம் நிரந்தர சர்வாதிகாரி என்னும் புதிய பதவியைத் தவறாகப் பயன்படுத்தி வானளாவிய அதிகாரத்துடன், யாரையும் மதிக்காமல், மனம் போன போக்கில் அரசனைப் போல் சீசர் செயல்பட்டதுதான். மன்னராகும் ஆசை தனக்கு இல்லை என்று வாய் சொல்லியதே தவிர உள்ளத்தில் அந்த வெறி அவருக்கு இருக்கவே செய்தது. அதன் வெளிப்பாடாக அதிகார மமதையில் சீசர் வலம் வரத் தொடங்கியதுதான் அவருக்கு எதிராகப் பலர் ஓரணியில் திரளக் காரணமானது.

சீசருக்கு எதிராகக் கூட்டணி அமைத்த 60 செனேட் உறுப்பினர்களுள் முக்கியமானவர்கள் ஏற்கெனவே கூறியபடி ஆண்டனி, கேஷியஸ் மற்றும் புரூடஸ். இவர்களுள் புரூடஸ் சீசரின் மகனை ஒத்த வயது கொண்டவர். சிலர் சீசரின் மகன்தான் புரூடஸ் என்றும் வாதிடு கின்றனர். புரூடஸின் அம்மா செர்விலியாவுக்கும் சீசருக்கும்

நெருங்கிய தொடர்பிருந்ததால் இந்தச் சந்தேகம் வந்திருக்கலாம். சீசரின் மகனாக புரூடஸ் இருப்பதற்கு வாய்ப்பில்லை என்பதற்கும் ஒரு காரணம் கூறப்படுகிறது. புரூடஸ் பிறந்தபோது அதாவது கிமு 85 இல் சீசருக்கு 15 அல்லது 16 வயதுதான் இருக்கும். அனைவரும் ஒப்புக் கொள்ளும் ஒரு விஷயம், தனது காதலியான செர்விலியாவின் மகன் என்பதாலேயே புரூடஸ் மீது சீசருக்குத் தனிப் பற்றும் பாசமும் தொடக்கம் முதலே இருந்து வந்துள்ளது.

புரூடஸின் வளர்ப்புத் தந்தை ஸ்டபீரியஸ் லத்தீன் மொழியியல் வல்லுனர். புரூடஸ் உயர் படிப்புக்காக ஏதென்ஸ் சென்று அகாடெமிக், பெரிபடெடிக், எபிக்யூரியன், ஸ்டோயிக் கிரேக்கத் தத்துவங்களைக் கற்றார். எதிர்காலத்தில் மிகச் சிறந்த அரசியல்வாதியாகத் திகழ்வார் என்று அப்போதே அவரது திறமைகளைக் கணித்திருந்தனர்.

கிமு 47 இல் உள்நாட்டுப் போர் தொடங்கியபோது பாம்பேயின் தீவிர ஆதரவாளராக இருந்தார் புரூடஸ். ரோமாபுரி இழந்த பண்டைய குடியரசை பாம்பே ஒருவரால் மட்டுமே மீட்டெடுக்கமுடியும் என்று புரூடஸ் உறுதியாக நம்பியதே அதற்குக் காரணம். காலத்துக்கு ஏற்ப மீட்டெடுக்கப்படும் ரோமாபுரிக் குடியரசைப் புதுப்பிக்க வேண்டும் என்பது புரூடஸின் தொலைநோக்குத் திட்டம்.

ஃபார்சலஸ் போரில் வெற்றி பெற்றதைத் தொடர்ந்து புரூடஸை அழைத்து வரச் சொல்லி சீசர் உத்தரவிட்டார். இளைஞன் என்பதுடன் ரோமாபுரியை அடுத்தடுத்த நிலைகளுக்கு எடுத்துச் செல்லும் திறமை மிக்கவன் என்று புரூட்டஸைப் பாராட்டவும் சீசர் தயங்கவில்லை. தனக்கு எதிராகப் போரிட்ட பாம்பேவின் தீவிர ஆதரவாளர் என்று தெரிந்தும் புரூடஸை மன்னித்த சீசரின் பெருந்தன்மைக்குக் காரணம் தன் காதலியின் மகன் என்பதாகக்கூட இருக்கலாம். இதனைத் தொடர்ந்து சீசரின் நம்பிக்கையைப் பெற்றவர்களுள் ஒருவரானார் புரூடஸ். நன்றிக் கடனாக அடுத்த மூன்றாண்டுகளில் சீசரின் தீவிர ஆதரவாளரும் ஆனார் புரூடஸ்.

மக்களாட்சித் தத்துவங்களில் மிகுந்த ஈடுபாடுள்ள புரூடஸ் தன்னைப்போல் சீசரும் ரோமாபுரி இழந்த குடியரசை மீட்டுத் தருவார் என்று உறுதியாக நம்பினார். ஆனால் சீசருக்குக் குடியாட்சியை விடவும் முடியாட்சியை அமைக்கவே ஆர்வமாக உள்ளார் என்று தெரிய வந்த பிறகே அவரைக் கொல்வதற்காக உருவாக்கப்பட்ட 60 உறுப்பினர் அணியில் புரூடஸ் தன்னையும் இணைத்துக்கொண்டார். மக்களாட்சியில் நம்பிக்கையின்றித் தன்னை ரோமாபுரியின் சக்கரவர்த்தியாக முடிசூட்டிக் கொள்ள சீசர் எடுத்த விபரீத முடிவே அவருக்கு வினையானது.

ஐட்ஸ் ஆஃப் மார்ச் கோலாகலம்

கிமு 44 மார்ச் 15 ஆம் தேதி ஐட்ஸ் ஆஃப் மார்ச் கொண்டாட்டங்கள் தொடங்கின. இது பௌர்ணமி விழாவாகும். அன்று கருத்தரங்க மண்டபத்தில் செனேட் உறுப்பினர்களைச் சந்தித்த பிறகு பார்த்தியன்களுக்கு எதிரான ராணுவ நடவடிக்கைகள் குறித்த முன்னேற்பாடுகளைக் கவனிப்பது என்று சீசர் முடிவெடுத்தார். முதல் நாள் மார்ச் 14 அன்று லெபிடஸ் வீட்டில் நண்பர்களுடன் உணவருந்திய பின்னர் உரையாடல் தொடங்கியது.

‘மனிதனாகப் பிறகு ஒவ்வொருவனும் என்றேனும் ஒரு நாள் இறப்பது தான் நியதி. இது உண்மை எனில் நீ எவ்வாறு இறக்க விரும்புகிறாய்?’

‘திடீரென. ஆம் எனது மரணம் திடீரென நான் உள்பட யாருமே எதிர் பாராத நேரத்தில் கண் இமைக்கும் நேரத்தில் நிகழவேண்டும். நோயில் வீழ்ந்து பாயில் கிடந்து அணு அணுவாகச் சாவதைவிட ஒரே நொடியில் நான் சாகவேண்டும்’ லெபிடஸ் கேள்வியை முடிக்கும் முன்பாக சீசரின் வாயிலிருந்து தெறித்தன வார்த்தைகள்.

விருந்து முடிந்து நள்ளிரவு தாண்டி வீடு திரும்பினார் சீசர். மனைவி கால்பூர்ணியா நன்கு தூங்கிக் கொண்டிருப்பதைப் பார்த்து அவளை எழுப்ப மனமின்றி படுக்கை அறைக்குப் போனார். ஏதேதோ சிந்தனை. தூக்கம் வரவில்லை. அடிக்கடி படுக்கையில் புரண்டார். திடீரென வலிப்பு நோய் ஏற்பட்டது. இது அவ்வப்போது ஏற்படுவதுதான் என்றாலும், அதிக அலைச்சல், மன உளைச்சல் காரணமாக வலிப்பு வந்திருக்கலாம்.

பொழுது விடிந்தது. ‘இன்று ஒரு நாள் மட்டும் தயவுசெய்து வெளியே எங்கும் செல்ல வேண்டாம். என்னுடனேயே தங்கிவிடுங்கள். தயவு செய்து என்னுடைய வேண்டுகோளை நிறைவேற்றுங்கள்’ அரண்மனையைவிட்டு வெளியேறிக் கொண்டிருந்த சீசர் மனைவியின் கால்பூர்ணியாவின் அழைப்பைக் கேட்டுத் திரும்பினார்.

‘அரண்மனைக்குச் செல்லும் போது என்னைப் புன்முறுவலுடன் அனுப்பி வைப்பாயே. இன்றைக்கு மட்டும் ஏன் இந்தத் தடை?

‘விடியற்காலை பொல்லாத கனவில் வல்லூறுகள் பறக்கக் கண்டேன். நிமித்தங்கள் நன்றாக இல்லை. சகுனங்கள் சாதகமாக இல்லை. நடக்கக்கூடாத ஏதோவொன்று இன்றைக்கு நிகழப் போகிறது என்று என் உள்மனம் சொல்கிறது. உங்கள் உடல் என் மடியில் இருப்பது போன்று கனவு கண்டேன்’ முகம் முத்துக்களாக வியர்க்க தட்டுத் தடுமாறி கூறி முடித்தாள் கால்பூர்னியா.

‘வாழ்க்கை யாருக்கும் நிரந்தரமில்லை. பிறந்தவன் இறக்கத்தான் வேண்டும். பிறப்புக்கும் இறப்புக்கும் இடையே அவன் சாதித்தவையே காலங்கடந்து பேசப்படும். இந்த உலகையே எனது காலடியில் கிடத்த வேண்டுமென்னும் தணியாத தாகத்துடன் களமிறங்கிய போர்கள் அனைத்திலும் வெற்றி வாகை சூடி வருகிறேன். நான் சக்கரவர்த்தியாக முடிசூடிக் கொள்ளும் நாள் வெகு தூரத்திலில்லை. அப்போது என் அருகே மகாராணியாக அமரப் போவது நீதான். ஆனால் இப்போது அதற்குத் தடையாக நீயே இருக்கலாமா?’ மனைவியைத் தேற்றி ஆறுதல் சொல்லும் வகையில் அவளை அணைத்தவாறே கேட்டார் சீசர்.

எவ்வளவு சொல்லியும் சமாதானமடையாத கால்பூர்ணியாவின் கண்களில் இருந்து நீர் திரண்டு வந்ததைக் கண்டு சீசர் இறங்கி வந்தார். இன்றைய செனேட் உறுப்பினர்கள் கூட்டம் ரத்தாகிறது என்று மார்க் ஆண்டனிக்குச் செய்தி அனுப்பினார்.

சதியாளர்கள் அதிர்ச்சி அடைந்தனர். சீசரைத் தீர்த்துக்கட்ட செய்த ஏற்பாடுகள் அனைத்தும் வீணாகிவிட்டதே என்று குழம்பினர். சீசரின் நண்பரான டெசிமஸை அனுப்பி எப்படியாவது செனேட் கூட்டத்துக்கு அவரை அழைத்து வர அனுப்பி வைத்தனர்.

மார்ச் 15 ஆம் தேதி போருக்குச் சீசர் புறப்பட வேண்டிய நாள். அதற்கு முதல் நாள் செனேட் கூட்டம். போர் முடிந்து சீசர் எப்போது திரும்பி வருவார் என்று தெரியாது. அப்படியே வந்தாலும் இப்போதுள்ள வசதியான சூழல் அப்போது கிடைக்குமா என்பதும் சந்தேகமே. இந்த வாய்ப்பை நழுவ விட்டால் பின்னர் சீசரைக் கொல்வது என்பதேகூட நடைபெறாமல் போகலாம். எனவே திட்டமிட்டபடி சீசரைக் குறித்த நாளில் கொன்றே தீருவது என்று முடிவெடுத்திருந்தனர். இந்நிலையில் சீசர் செனேட் கூட்டத்துக்கு வராவிட்டால் போட்ட திட்டம் பாழாகி விடும் என்று அஞ்சினர்.

‘இன்றைக்கு நாள் நன்றாக இல்லையெனில் செனேட் கூட்டத்தை நடத்த வேண்டாம். ஆனால் அதை அரண்மனையிலிருந்து சொல்லி அனுப்புவது சட்டப்படியும், நீங்கள் வகிக்கும் பதவிக்கும் அழகல்ல. உறுப்பினர்களைச் சந்தித்து அவர்களிடம் நேரடியாகத் தகவலைச் சொல்லுங்கள். உங்களுக்கு வசதிப்படும் நாளில் செனேட் கூட்டத்தை மறுபடியும் வைத்துக்கொள்ளலாம்’ டெசிமஸ் ஏதேதோ சட்ட விதிகளைக் காட்டிக் குழப்பவே, சீசரும் அவரது கருத்தை ஏற்றுக் கொண்டு புறப்படத் தயாரானார்.

அரண்மனையிலிருந்து சீசர் எப்போது புறப்பட்டாலும் மக்கள் இருபுறமும் நின்று கொண்டு அவருக்கு வாழ்த்து சொல்வதுடன் மனுக்களையும் கொடுப்பது வழக்கம். அவற்றை சீசர் தனது

உதவியாளர்களிடம் கொடுத்து நடவடிக்கை எடுக்கச் சொல்வதும் அன்றாடம் நடைபெறும் விஷயம்தான். அன்றைக்கும் அவ்வாறே நிகழ்ந்தது. கூட்டத்தில் நின்று கொண்டிருந்த ஆர்டெமிடோரஸ் என்னும் தத்துவ ஆசிரியர் 'உங்களுக்கு எதிராகச் சதி வலை பின்னப் பட்டுள்ளது. செனேட் கூட்டத்தில் உங்களைக் கொல்லத் திட்ட மிட்டுள்ளனர். எனவே கூட்டத்தில் கலந்து கொள்ளாமல் அரண் மனைக்குத் திரும்புங்கள்' என்று துண்டுக் காகிதத்தில் எழுதி 'தயவு செய்து இதைப் படியுங்கள். மிக மிக அவசரம்' என்று சீசரின் காதுகளில் கிசுகிசுத்தவாரே கைகளில் திணித்தார். கூட்ட நெரிசலில் சீசரால் கடிதத்தைப் பிரித்துப் படிக்க முடியவில்லை. ஆனால் அவர் எழுதித் தந்த அந்தத் துண்டுக் காகிதம் கூட்ட அரங்குக்குச் செல்லும் வரை அவரது கையிலேயே இருந்தது.

சீசர் படுகொலை

சீசரை உள்ளே அழைத்துச் செல்ல வாசலில் மார்க் ஆண்டனி காத்திருந்தார். ஆனால் நடுவே புகுந்த ட்ரெபோனியஸ் வலியப் போய் சீசரிடம் பேச்சுக் கொடுத்தவாறே கூட்டிச் சென்றார். செனேட் அரங்குக்குள் நுழைந்தவுடன் அனைவரும் எழுந்து நின்றனர். ஆடைக்குள் கத்திகளை மறைத்துக்கொண்டு போலியாக வரவேற்றனர். சீசர் தனது ஆசனத்தில் அமர்ந்து செனேட் கூட்டத்தை ஒத்தி வைப்பது குறித்துப் பேசத் தொடங்கினார். ஆனால் அவரது பேச்சை இடைமறித்த செனேட் உறுப்பினர்களுள் ஒருவரான டிலியஸ் சிம்பர் 'எனது சகோதரன் செய்த பிழைக்காக விதிக்கப்பட்டிருந்த மரணதண்டனையை ரத்து செய்து அவனுக்கு மன்னிப்பு வழங்குங்கள்' என்று விண்ணப்பித்தார்.

பொதுவாகவே ஒரு செனேட் உறுப்பினர் பேசும்போது இன்னொருவர் குறுக்கிடக்கூடாது என்பது விதி. அதுவும் சீசர் பேசும்போது குறுக்கிடும் வழக்கமே இருந்ததில்லை. ஆனால் இன்றைக்கோ தான் பேசும்போது டிலியஸ் குறுக்கிட்டு தன் பிரச்னையைக் கூற முயன்றதை சீசரால் ஜீரணிக்க முடியவில்லை.

'நான் பேசும்போது குறுக்கிட்டது முதல் பிழை. அதற்கே தண்டனை உண்டு. இரண்டாவது உன் சகோதரன் செய்தது மன்னிக்கமுடியாத குற்றம். தவறு செய்தவன் தண்டனையை அனுபவித்தே ஆகவேண்டும்' கோபத்தில் விண்ணப்பத்தைக் கிழித்தெறிந்தார் சீசர்.

சீசர் சொல்லி முடித்ததுதான் தாமதம். உட்கார்ந்துகொண்டிருந்த இருபது செனேட் உறுப்பினர்கள் திடீரென எழுந்து சீசரைச் சுற்றி நின்று கொண்டார்கள். சீசர் தோள் மீது கையை வைத்துப் போர்த்தியிருந்த

அங்கவஸ்திரத்தைப் பிடித்து இழுத்தார் சிம்பர். சீசரைத் தீர்த்துக் கட்ட சிம்பர்கொடுத்த முதல் சமிக்ஞை இது.

'உங்களுக்கு அவ்வளவு துணிச்சலா?' சீசர் ஓங்கிய குரல் அடங்குவதற்கு முன்பே இருபது செனேட் உறுப்பினர்களும் கத்திகளுடன் அவர் மீது சீறிப் பாய்ந்தனர். தடுமாறி கீழே விழுந்த அவரது கைகள் ஒரு சிலரைத்தான் தடுக்க முடிந்தன. சுதாரித்து எழுவதற்குள் கூரான கத்திகள் சீசரின் உடலைக் குத்திக் கிழித்தன.

ரத்தம் பீறிட்டுக் குடல் சரிந்த வயிற்றைக் கையில் பிடித்தபடி தட்டுத் தடுமாறி எழுந்த சீசரைக் கடைசியாகக் கத்தியைச் சுழற்றி சீசரின் உடலில் சொருகினார் புரூடஸ். தன்னுடைய மகனைப் போன்று நேசித்த புரூடஸ் கொலை செய்யும் அளவுக்குத் துணிவான் என்று சீசர் சற்றும் எதிர்பார்க்கவில்லை.

எட் டூ புரூடஸ் என்று முணகிக் கொண்டுதான் சீசர் தரையில் வீழ்ந்தாராம். 'யூ டூ புரூடஸ்' 'நீ கூடவா புரூடஸ்' என்று இதற்குப் பொருள்கூறப்பட்டாலும் இதன் உண்மையான அர்த்தம் 'நீ கூடவா என் மகனே' என்பதுதான். சீசரை முதலில் குத்தியவர் சர்விலஸ் காஸ்கா. கடைசியாகக் குத்தியது புரூடஸ்.

சீசரின் உடலில் மொத்தம் 23 கத்திக் குத்துக் காயங்கள் இருந்தாக அவரது உடலை ஆய்வு செய்த மருத்துவர் பின்னர் தெரிவித்தார். ரத்த வெள்ளத்தில் கேட்பாரின்றி அநாதையாகக் கிடந்த சீசரின் உடலை அடுத்த நாள் காலை பார்த்த நான்கு அடிமைகள் அலறிப் புடைத்துக் கொண்டே தகவல் தெரிவிக்க நாலாபுறமும் தலைதெறிக்கப் பறந்தார்கள். ஒரு அடிமை சீசர் இறந்த செய்தியை அவர் மனைவி காலிபூர்ணியாவிடம் தெரிவிக்க ஓடினான். ஒரு கையால் நெஞ்சைப் பிடித்தவாறே சரிந்த சீசரின் மறு கையில் ஆர்டெமிடோரஸ் கொடுத்த எச்சரிக்கைக் கடிதம் ரத்தக் கறையுடன் காணப்பட்டது.

சீசரின் படுகொலையைத் தொடர்ந்து தனக்கும் மகனுக்கும் அங்கு எதிர்காலம் மட்டுமின்றி, உயிருக்கே உத்தரவாதம் இல்லை என்பதைத் தெரிந்து கொண்ட கிளியோபாட்ரா மகன் சிசேரியனுடன் ரோமாபுரியைவிட்டு வெளியேறி எகிப்துக்குத் தப்பிச் சென்றாள்.

சீசர் மறைவைத் தொடர்ந்து அனுதாபத் தீர்மானம் நிறைவேற்ற செனேட் கூட்டத்துக்கு ஏற்பாடு செய்தார் மார்க் ஆண்டனி. அதில் சீசரின் இறுதிச் சடங்கைப் பொது மக்கள் முன்னிலையில் நடத்துவதற்கும், அவர் எழுதிய உயிலிலுள்ள முக்கிய அம்சங்கள் பற்றி விளக்குவதற்கும் உறுப்பினர்களின் கருத்துகள் கேட்கப்பட்டன. சீசர்

எழுதிய உயிலின் பொறுப்பாளராக மூத்த அரசியல்வாதியும், சீசரின் மாமனாரும், கால்பூர்ணியாவின் தந்தையுமான கால்பூர்னியஸ் நியமிக்கப்பட்டார்.

சீசரின் இறுதிச் சடங்கைப் பொது மக்கள் முன்னிலையில் நடத்துவதற்கும், உயிலைப் படிப்பதற்கும் அவரைக் கொன்ற செனேட் உறுப்பினர்களே எதிர்ப்பு தெரிவித்தனர். சீசரைக் கொல்லச் சதித் திட்டம் தீட்டியவர்கள் யார் என்று தெரியாத நிலையில் அவரது இறுதிச் சடங்கையும், உயிலையும் எதிர்ப்பவர்களே சதி செய்தவர்கள் என்ற பேச்சு மக்களிடையே பரவத் தொடங்கியது. சீசர் மீது அனுதாபமும் பெருகியது. அதிர்ச்சியடைந்த உறுப்பினர்கள் தங்களுக்குத் தாங்களே சூடு வைத்துக் கொண்ட கதையாக தேவையில்லாமல் எதிர்ப்பு தெரிவித்து மக்கள் விரோதத்தைச் சம்பாதித்துக்கொள்ள வேண்டாமென்று தங்கள் எதிர்ப்பைத் திரும்பப் பெற்று அமைதியானார்கள்.

‘சீசர் கோடிக் கணக்கில் சம்பாதித்தார். மக்களிடமிருந்து வசூலித்த வரிப் பணத்தை அரசு கஜானாவில் சேர்க்காமல் தனது கணக்கில் வரவு வைத்துக் கொண்டார். மக்களை ஏமாற்றினார்’ என்று சீசரைக் குற்றம் சுமத்துவதன் மூலம் அவரது படுகொலையை நியாயப்படுத்த புரூட்டஸும் கேஷியஸும் திட்டமிட்டனர். சீசரின் படுகொலையில் மார்க் ஆண்டனிக்குப் பங்கிருந்ததால் சீசருக்கு எதிரான கருத்தை மக்கள் மத்தியில் பரப்ப அவர்தான் மிகுந்த ஆர்வமுடன் இருந்தார். ஆனால் ஒரு கட்டத்தில் சீசரின் படுகொலை அவர் மீதான அனுதாபத்தை அதிகரிக்கவே மார்க் ஆண்டனி சீசருக்கு எதிரான தனது நிலைப்பாட்டைத் திடீரென மாற்றிக் கொண்டு அவருக்குச் சாதகமாகப் பேசத் தொடங்கினார்.

சீசரின் உயில்

‘ஒட்டுமொத்த ரோமானிய அரசு கஜானாவின் மதிப்பில் எனக்குச் சொந்தமான ஏழில் ஒரு பகுதி வளர்ப்பு மகன் ஆக்டேவியஸ், சகோதரி ஜூலியாவின் மகன் குவிண்டஸ் பெடியஸ், ஜூலியாவின் பேரன் லூஷியஸ் பினாரியஸ், புரூடஸ் மற்றும் மார்க் ஆண்டனி ஆகியோருக்குச் சமமாகப் பிரித்துக் கொடுக்கப்படும். எனது கணக்கில் இருக்கும் சொத்தில் மற்றொரு பகுதி ஒவ்வொரு ரோமானியக் குடிமகனுக்கும் பிரித்துக் கொடுக்கப்படும். டைபர் ஆற்றின் வடக்கே எனக்குச் சொந்தமான பூங்கா இனி பொது மக்களின் பயன்பாட்டுக்காகத் திறந்துவிடப்படும்’ என்று பொது மக்கள் முன்னிலையில் சீசர் எழுதிய உயில் படிக்கப்பட்டது.

உயில் படிக்கப்பட்ட பிறகு சீசரின் உடல் பொது மக்கள் முன்னிலையில் எரியூட்டப்பட்டது. சீசரின் இறுதிச் சடங்கை அவரது சகாவும், நண்பரும், உறவினருமான மார்க் ஆண்டனி முன்னின்று நடத்தினார். சீசரைக் கொன்றவர்களைத் தேடிக் கண்டுபிடித்து மக்கள் முன்னிலையில் நிறுத்தி தூக்கிலிடுவேன் என்று மார்க் ஆண்டனி சூளுரைத்தார். குற்ற உணர்ச்சியில் கேஷியஸூம், புரூடஸூம் தப்பியோடினர்.

சீசரைக் கொன்றதற்காகவும், ரோமாபுரிக்கு விடுதலை பெற்று தந்ததற்காகவும், செனேட்டும், பொது மக்களும் தங்களைப் பாராட்டு வார்கள் என்றுதான் சதித் திட்டம் தீட்டிய செனேட் உறுப்பினர்களின் சதிகாரக் குழு எண்ணியது. ஆனால் பாராட்டுக்குப் பதிலாக மக்களின் வெறுப்பைத்தான் சம்பாதித்தார்கள். சீசர் மறைவைத் தொடர்ந்து ஆட்சி அதிகாரத்தை மார்க் ஆண்டனியும், லெபிடஸூம் கைப்பற்றிக் கொண்டனர். மக்களிடம் நற்பெயர் வாங்கவும், தங்களைக் காப்பாற்றிக் கொள்ளவும், சீசரின் கொலைக்குக் காரணமானவர்களைத் தேடிக் கண்டுபிடித்துத் தூக்கிலிடுவோம் என்று சபதமிட்டனர். சீசர் மறைந்த ஓராண்டுக்குள் தப்பி ஓடிய புரூடஸையும், கேஷியஸையும் தேடிக் கண்டுபிடித்துக் கொன்றனர்.

சீசரின் மறைவைத் தொடர்ந்து அவரது வளர்ப்பு மகன் ஆக்டேவியன் கிமு 44 ஏப்ரலில் ரோமாபுரிக்கு வந்தார். அப்போது அவருக்கு வயது 18 தான். 'இத்தனை நாள் எதற்காகக் காத்துக் கிடந்தோமோ அந்த அதிகாரம் சீசர் படுகொலை தொடர்ந்து இப்போதுதான் கை கூடி வந்துள்ளது. ஆக்டேவியன் வருகையால் கைக்குக் கிடைத்தது வாய்க்குக் கிடைக்காமல் போய்விடுமோ' என்று மார்க் ஆண்டனி அஞ்சினார். கிடைத்த வாய்ப்பை நழுவவிடக் கூடாது என்பதில் உறுதியாக இருந்ததால், அவருக்கும் ஆக்டேவியஸூக்கும் பதவியைக் கைப்பற்றுவதில் கடுமையான போட்டி நிலவியது.

சீசரின் வளர்ப்பு மகன் என்ற கூடுதல் தகுதியுடன் சீசருக்கு இருக்கும் செல்வாக்கைத் தனக்குச் சாதகமாகப் பயன்படுத்திக் கொள்ள ஆக்டோவியன் முடிவெடுத்தார். சீசரின் பிறந்த நாளை நாடு தழுவிய திருவிழாவாக ஒரு வாரம் கொண்டாடினார். சூரியன் அஸ்தமிக்கும் நேரம் வானத்தில் ஒரு வால் நட்சத்திரம் தோன்றியது. அது சீசரின் ஆவி என்றும் வானுலகில் சீசர் கடவுள் ஆனதற்கான அறிகுறி என்றும் ஆக்டேவியன் பிரசாரம் செய்தார். உணர்ச்சி வசப்பட்ட மக்கள் சீசரைத் தெய்வமாகவே வழிபடத் தொடங்கினர்.

சீசர் கடவுள் எனில் நான் கடவுளின் குழந்தை. ஆகவே ரோமாபுரி மக்கள் கடவுளின் குழந்தையான என்னைத்தான் ஆதரிக்க

வேண்டுமென்று வேண்டுகோள் விடுத்தார். சீசர் கடவுள் இல்லை என்று மறுக்க மார்க் ஆண்டனிக்குத் தைரியம் வரவில்லை. பிறகென்ன? மக்களின் அபரிமித செல்வாக்கு ஆக்டேவியனுக்குத்தான் என்பது எழுதப்படாத தீர்ப்பானது. ஆக்டேவியனுடன் மோதுவதில் இனி எந்தப் பயனும் இருக்காது என்பதால் அவரை அனுசரித்துப் போவதே புத்திசாலித்தனம் என்ற முடிவுடன் சமாதானப் பேச்சுக்களைத் தொடங்கினார் ஆண்டனி.

மார்க் ஆண்டனி, லெபிடஸ் மற்றும் ஆக்டேவியன் ஆகியோர் இணைந்து கிமு 43 நவம்பர் 27 இல் இரண்டாவது மூவர் கூட்டணியை உருவாக்கினர். இந்தக் கூட்டணியைக் கொண்டாடவும், ஆக்டேவியனைத் தனது கட்டுப்பாட்டுக்குள் வைத்திருக்கவும், மார்க் ஆண்டனி தனது வளர்ப்பு மகள் க்ளாடியாவைத் திருமணம் செய்து கொள்ள அவரை வற்புறுத்தினார். ஆனால் ஏனோ திருமணம் நடைபெறவில்லை.

கிமு 40 இல் மார்க் ஆண்டனி மனைவி ஃபுல்வியா மறைவைத் தொடர்ந்து ஆக்டேவியனின் சகோதரி ஆக்டேவியாவை திருமணம் செய்து கொண்டார். மூவர் கூட்டணியில் இருந்த ஆக்டேவியனும், மார்க் ஆண்டனியும் நெருங்கிய உறவினர்கள் ஆனதால் லெபிடஸ் ஓரங்கட்டப்பட்டார். மூவர் கூட்டணி இருவர் கூட்டணியானது.

மார்க் ஆண்டனி ஆசைப்பட்ட பதவி கிடைக்கவில்லை என்றாலும் ஆக்டேவியன் சகோதரியைத் திருமணம் செய்து கொண்டதால் கௌரவமான அந்தஸ்து கிடைத்தது. அதை வைத்துக்கொண்டு திருப்திப் பட்டிருக்கலாம். ஆனால் விதி யாரை விட்டது? சீசர் இறந்த நிலையில் தனித்து விடப்பட்ட கிளியோபாட்ராவின் வலையில் வீழ்ந்த மார்க் ஆண்டனி எகிப்தில் இருந்து மீண்டும் ரோமாபுரி திரும்பவே வில்லை. நாள்கள், வாரங்கள், மாதங்கள், வருடங்கள் என்று இருவரும் உல்லாசமாகப் பொழுதைக் கழித்தனர்.

அகஸ்டஸ் என்று பின்னாளில் அழைக்கப்பட்ட ஆக்டேவியன் கிமு 32 முதல் கிபி 14 வரை 45 ஆண்டுகளுக்கும் மேலாக ரோமாபுரியை ஆண்டார். தன்னை அரசராக அறிவித்துக் கொள்ளாமல் ரோமாபுரியின் 'முதல் குடிமகன்' என்ற அழைக்கப்படுவதையே விரும்புவதாகக் கூறினார். அகஸ்டஸின் மறைவுக்குப் பிறகு அவரது மனைவிக்கும் முன்னாள் கணவனுக்கும் பிறந்த டைபீரியஸ் ரோமாபுரியின் மன்னரானார். அதுவரை குடியரசாக இருந்த ரோமாபுரி கிபி 14 முதல் கிபி வரை சுமார் 450 ஆண்டுகளுக்கு முடியரசாக விளங்கியது.

சீசர் ஈடு இணையற்ற வீரராகத் திகழ்ந்தார் என்பதில் மாறுபட்ட கருத்துக்கு இடமில்லை. உலகின் மிகச் சிறந்த பத்து போர் வீரர்கள்

என்று யார் பட்டியலிட்டாலும் சீசரின் பெயர் கட்டாயம் அதில் இடம்பெறும். போர்க்களத்தில் அவர் வகுத்த வியூகங்கள் இன்றைக்கும் பேசப்படுகின்றன. அரசியலிலும் சீசரின் பங்களிப்பு மகத்தானது. ரோமாபுரியின் வரலாற்றை மாற்றியமைத்த பெருமை அவருக்குண்டு. அரசராகவோ, சக்கரவர்த்தியாகவோ ஆகும் எண்ணம் அவருக்கு இருந்ததா, இல்லையா என்பது இன்றைக்கும் விவாதப் பொருள்தான். ஆனால் ரோமாபுரியில் பண்டைய குடியரசை மீண்டும் நிறுவமுடியாது என்று நம்பியவர்களில் அவருமொருவர். சுல்லாவின் காலத்தில் நடைபெற்ற உள்நாட்டுப் போர்களைப் பார்வையாளராகக் கண்ட சீசர் பின்னாளில் நேரடியாகத் தானே களமிறங்கிப் பல உள்நாட்டுப் போர்களில் வெற்றியைக் குவித்தார். வீரம், திறமை, ஆற்றல், வேகம் ஆகிய நற்குணங்களுடன் கொடுங்கோலனாகவும் விளங்கினார் என்பது வரலாற்று ஆய்வாளர்களின் நிறைவான கருத்து.

ஜூலியஸ் சீசர் காலச் சக்கரம்

கிமு

100 அல்லது 102 ஜூலை 13 ஜூலியஸ் சீசர் பிறந்தார்

88 சுல்லா முதல் கவுன்சல்ஷிப்

87 மேரியஸ் மற்றும் சின்னா ரோமாபுரிக்கு வருகை

86 மேரியஸ் மரணம்

85 சீசர் தந்தை மரணம்

83 கார்னலியாவுடன் திருமணம்

82 சுல்லா கிழக்கிலிருந்து திரும்புதல்

81 சுல்லா சர்வாதிகாரியாக நியமிக்கப்படுதல்

80 கார்னலியாவை விவாகரத்து செய்ய வேண்டுமென சுல்லா நிர்பந்தித்தல்

79 ஆசியா மைனர் பகுதியில் போர்

78 சுல்லா மரணம். சீசர் ரோமாபுரி திரும்புதல்

76 ரோட்ஸ் மற்றும் ஆசியா மைனர் பகுதிகளுக்கு சீசர் பயணம் கடற் கொள்ளையர்களிடம் மாட்டிக் கொள்ளுதல். பிணைத் தொகை தருதல். பெரும் படையுடன் திரும்பித் தோற்கடித்தல்.

75 மகள் ஜூலியா பிறந்தார்

74 பாண்டிஃபெக்ஸ் என்னும் மதகுரு பதவி

70 க்ராசஸ் மற்றும் பாம்பேவுக்கு முதல் கவுன்சல்ஷிப் பதவிகள்

69 சீசர் மனைவி கார்னலியா, அத்தை ஜூலியா ஆகியோர் மரணங்கள்

68 ஸ்பெயின் க்வெஸ்டர் பதவி

67 சுல்லா பேத்தி பாம்பியாவுடன் மறுமணம்

66 புராதனப் பெருமை வாய்ந்த அப்பியன் பாதையைப் பராமரிக்கும் பொறுப்புக்கு நியமனம்.

65 பாண்டிஃபெக்ஸ் மேக்சிமஸ் முக்கிய மதகுரு பதவி

62 பிரியேட்டர் பதவிக்கு நியமனம்

61 போனா டியா ஊழல். மனைவி மீது சந்தேகப்பட்டு விவாகரத்து

60 ஸ்பெயின் ஆளுநராக நியமனம்

59 பாம்பே, க்ராசஸ் மற்றும் சீசர் ஆகியோரின் மூவர் கூட்டணி. இதன் காரணமாக கவுன்சல் தேர்தலில் வெற்றி

58 கால்பூர்ணியாவுடன் மூன்றாவது திருமணம்.

57 சீசர் மகள் ஜூலியாவுடன் பாம்பே திருமணம்

56 கௌல் பகுதி ஆளுநராக சீசர் ஐந்து ஆண்டுகளுக்கு நியமனம்

56 ஜெர்மனி, ஹெல்வெட்டி போர்களில் சீசர் வெற்றி

55 க்ராசஸ் மற்றும் பாம்பே இரண்டாவது கவுன்சல்ஷிப். சீசர் ஆளுநர் பதவி மீண்டும் ஐந்தாண்டுகளுக்கு நீட்டிப்பு

54 மகளும், பாம்பேவின் மனைவியுமான ஜூலியா மரணம்

53 சீசர் அம்மா ஆரேலியா மரணம்

52 க்ராசஸ் இறந்தார்

51 காலிக் போர்கள் முடிவுக்கு வந்தன

50 அதிகாரத்தையும், சொந்தப் படையையும் கலைக்க செனேட் உத்தரவு

49 படையைக் கலைக்காமல் கவுன்சல் பதவிக்குப் போட்டியிட முடிவு

48 சீசருக்கு செனேட்டின் இறுதி உத்தரவு சீசர் தடையை மீறி ரூபிகான் ஆற்றைக் கடந்து ஊடுருவல்

47 சீசருக்கும், பாம்பேவுக்கும் இடையே உள்நாட்டுப் போர். சீசர் வெற்றி. எகிப்துக்குப் தப்பியோடிய பாம்பே படுகொலை

46 ஆயுளுக்கும் டிக்டேடராக நியமனம். எகிப்தில் கிளியோபாட்ராவுடன் காதல்.இருவருக்கும் சிசேரியன் என்ற பெயரில் மகன் பிறந்தான்

45 நான்காவது முறையாக கவுன்சலாகத் தேர்வு. தனக்கு ஆண்டனி அணிவிக்க முயன்ற மகுடத்தை உதறித் தள்ளுதல்.

44 மார்ச் 15 சீசர் படுகொலை

42 சீசரைக் கடவுள் நிலைக்கு உயர்த்தி செனேட் தீர்மானம்

உதவிய நூல்கள்

1. Adcock, F. (1966) *Marcus Crassus, Millionaire*, Cambridge University.
2. Badian, E. (1958) *Foreign Clientelae (264-70 BC)*, Oxford University.
3. Canfora, L. (2007) *Julius Caesar: The People's Dictator* (trans. of 1999 original), Edinburgh University Press.
4. Earl, D. (1961) *The Political Thought of Sallust*, Cambridge University.
5. Ferrero, G. (1933) *The Life of Caesar*, Putnam.
6. Gabba, E. (1976) *Republican Rome: The Army and the Allies*, Blackwell.
7. Hardy, E. G. (1924) *Some Problems in Roman History*, Oxford University.
8. Jimenez, R. (1996) *Caesar against the Celts*, Sarpedon.
9. Kahn, A. (1986) *The Education of Julius Caesar*, Schocken.
10. Lewis, N. and Reinhold, M. (eds) (1990) *Roman Civilization: Selected Readings*.
11. MacFarlane, R. T. (1991) *The Narrative of Politics: Julius Caesar and the Bellum Civile*, University of Michigan Press.
12. Osgood, J. (2006) *Caesar's Legacy: Civil War and the Emergence of the Roman Empire*, Cambridge University.
13. Parenti, M. (2003) *The Assassination of Julius Caesar: A People's History of Ancient Rome*, The New Press.
14. Tatum, W. J. (2008) *Always I am Caesar*, Blackwell Publishing.
15. Ulrich, R. B. (1994) *The Roman Orator and the Sacred Stage: The Roman Templum Rostratum*, Latomus.
16. Vanderbroeck, P. J. (1987) *Popular Leadership and Collective Behaviour in the Late Roman Republic, ca. 80-50 BC*, J. C. Gieben.
17. Wallace-Hadrill, A. (ed.) (1990) *Patronage in Ancient Society*.
18. Yavetz, Z. (1983) *Julius Caesar and his Public Image*, Thames & Hudson.
19. Zanker, P. (1988) *The Power of Images in the Age of Augustus*, University of Michigan Press.

www.ingramcontent.com/pod-product-compliance
Lightning Source LLC
Chambersburg PA
CBHW022112090426
42743CB00008B/817

* 9 7 8 9 3 8 4 1 4 9 4 3 7 *